Được giải thoát khỏi quyền lực bóng tối -

Phiên bản mở rộng 2025

Đây là câu chuyện có thật về một phù thủy gốc Phi được giải thoát bởi sức mạnh vĩ đại của Chúa - Phiên bản mở rộng năm 2025

Giải thoát khỏi quyền lực bóng tối (Phần 1)

qua

Emmanuel Eni; Zacharias Godseagle ; Đại sứ Thứ Hai O. O gbe ;

Mục lục

Giới thiệu về cuốn sách – Giải thoát khỏi quyền lực bóng tối – Phiên bản mở rộng năm 2025

RẤT QUAN TRỌNG — ĐÂY LÀ CÂU CHUYỆN CÓ THẬT VỀ MỘT PHÙ THỦY CHÂU PHI ĐƯỢC GIẢI THOÁT BỞI SỨC MẠNH VĨ ĐẠI CỦA CHÚA. CUỐN SÁCH NÀY KHÔNG PHẢI LÀ TRUYỆN HƯ CẤU.

Đây là lời chứng thực chân thực của **Mục sư Emmanuel Amos Eni** , một người từng dấn thân sâu vào thế giới huyền bí, được cứu rỗi bởi sức mạnh vô song của Chúa Giê-su Ki-tô.

"Khi các con đi, hãy rao giảng... 'Các con đã nhận lãnh cách miễn phí, hãy cho đi cách miễn phí.'" — Ma-thi-ơ 10:7-8

"Hãy về nhà với bạn bè các con và kể cho họ biết Chúa đã làm những việc gì cho các con và Ngài đã thương xót các con như thế nào." — Mác 5:19

"Họ đã thắng hắn nhờ huyết Chiên Con và lời chứng của họ." — Khải Huyền 12:11

"Phước cho những người giữ lời chứng của Ngài, những người hết lòng tìm kiếm Ngài." — Thi Thiên 119:2

"Các con là chứng cớ của Ta," Chúa phán, "và là tôi tớ mà Ta đã chọn, để các con biết và tin Ta, và hiểu rằng Ta là Đấng ấy. Trước Ta không có thần nào được tạo thành, và sau Ta cũng sẽ không có thần nào khác." — Ê-sai 43:10-12

Phiên bản mở rộng năm 2025 – Sự thức tỉnh tiếp tục

BỐN THẬP KỶ SAU SỰ giải thoát kỳ diệu của Mục sư Emmanuel Amos Eni, cuốn sách " *Được giải thoát khỏi quyền lực bóng tối* " vẫn tiếp tục thức tỉnh vô số người trên toàn thế giới — từ châu Phi đến châu Á, từ châu Âu đến châu Mỹ. Độc giả ở mọi lứa tuổi đã làm chứng về những cuộc gặp gỡ với Chúa, những giấc mơ, những khải tượng và niềm đam mê sống thánh thiện được khơi dậy sau khi đọc cuốn sách này.

Phiên bản mở rộng năm 2025 này đã được cập nhật một cách thành công và đầy tâm huyết như sau:

1. Làm rõ và đặt trong bối cảnh

MỘT SỐ ĐỘC GIẢ ĐÃ ĐẶT ra các câu hỏi về địa lý và lịch sử liên quan đến một số địa điểm và sự kiện được đề cập trong câu chuyện gốc (như Bendel và Imo).

Trong ấn bản này, chúng tôi đã cẩn thận bảo tồn câu chuyện chân thực của Emmanuel Eni đồng thời cung cấp chú thích và bối cảnh biên tập — đảm bảo câu chuyện vẫn trung thực nhưng dễ hiểu đối với các thế hệ độc giả mới không quen thuộc với ranh giới các bang trong lịch sử Nigeria hoặc các thuật ngữ văn hóa.

2. Bổ sung những hiểu biết và bình luận về mặt tâm linh

PHIÊN BẢN NÀY TÍCH hợp những giải thích Kinh Thánh sâu sắc hơn về các chủ đề như:

- Sự sa ngã của các thiên thần và nguồn gốc của cái ác
- Cơ chế hoạt động của các giao ước hàng hải và huyền bí
- Cấu trúc vương quốc của Sa-tan so với chính quyền ánh sáng của Đức Chúa Trời
- Cuộc chiến vô hình giữa các thế lực thống trị và quyền năng của những người tin Chúa Kitô.
- Quá trình giải thoát của người tin Chúa — *sự mặc khải, cám dỗ, tấn công và phục hồi.*

Những phần bổ sung này được trích dẫn từ **Kinh Thánh** , **các lời chứng về sự giải thoát trên toàn cầu** , và cuốn **sách suy niệm 40 ngày "Từ Bóng Tối đến Quyền Lực"** của *Zacharias Godseagle , Đại sứ Monday O. Ogbe và Comfort Ladi. Ogbe* — một tác phẩm bổ sung được tham khảo xuyên suốt tập sách này.

3. Bao gồm những trải nghiệm thực tế hiện đại

ẤN BẢN MỚI NÀY GIỚI thiệu mục **"Câu hỏi của độc giả & Đối thoại toàn cầu"** — những cuộc đối thoại môn đệ thực tế với các tín hữu trên khắp thế giới, những người sau khi đọc lời chứng của Emmanuel đã bắt đầu trải nghiệm những sự thức tỉnh tương tự.

Một trong những điểm nổi bật đó là câu chuyện đáng chú ý của **Anh Em Francesco** , một tín đồ người Ý, đã viết thư cho *Hội thánh God's Eagle Ministries* sau khi đọc cuốn sách và nhận được những mặc khải sống động về thế giới vô hình. Toàn bộ thư từ của ông được trích dẫn ở đây, cho thấy cách Đức Thánh Linh tiếp tục hướng dẫn các tín đồ bình thường ngày nay — thông qua cầu nguyện, Kinh Thánh và sự hướng dẫn tiên tri.

4. Trang bị bằng những lời cầu nguyện giải thoát và ủy thác

Ở CUỐI CÁC PHẦN QUAN trọng, bạn sẽ tìm thấy **những lời cầu nguyện giải thoát** , **những lời tuyên bố hàng ngày** và một **lời cầu nguyện ủy thác cuối cùng** — được thiết kế để dẫn dắt người đọc từng bước đến sự tự do.

Ngoài ra còn có một **"Lời cầu nguyện cúi đầu trước bóng tối" đặc biệt** và một liên kết đến **Hành trình 40 ngày nhận thức và giải thoát** , có sẵn thông qua *From Darkness to Dominion* dành cho những người đang tìm kiếm một con đường có cấu trúc dẫn đến chiến thắng.

5. Khôi phục, không thay thế

PHIÊN BẢN NÀY **không** làm thay đổi bản chất câu chuyện của Emmanuel Eni. Giọng nói của ông vẫn không thay đổi — lời chứng của ông vẫn vang dội với sự chân thực nguyên bản và sức mạnh thiêng liêng.

Tuy nhiên, những hiểu biết bổ sung làm sáng tỏ ý nghĩa sâu sắc hơn đằng sau trải nghiệm của ông, cho thấy cùng một Đức Chúa Trời đã giải cứu ông vẫn tiếp tục giải cứu những người khác trên khắp các quốc gia ngày nay.

Tại sao điều này lại quan trọng vào lúc này?

CHÚNG TA ĐANG SỐNG trong một thế hệ mà bóng tối không còn che giấu nữa — nó tự quảng bá chính mình. Tuy nhiên, Chúa đang dấy lên những chứng nhân của Ngài một lần nữa, kêu gọi nam nữ thoát khỏi sự lừa dối để nắm quyền cai trị.

Cuốn sách này vẫn là tiếng kèn tiên tri vang vọng cho thời đại — vạch trần những điều bị che giấu, đối mặt với những điều được dung thứ, và trao quyền cho các tín đồ để bước đi trong sự phân định và chiến thắng.

Nguyện mong mỗi độc giả khi lật giở những trang sách này đều cảm nhận được ân điển biến đổi tương tự như ân điển đã cứu rỗi Emmanuel Eni — và cùng gia nhập cộng đồng toàn cầu những người **được giải thoát khỏi bóng tối và được đưa vào ánh sáng kỳ diệu của Ngài.**

"Đức Chúa Trời bình an sẽ sớm nghiền nát Sa-tan dưới chân các ngươi." — Rô-ma 16:20

Về tác giả

(Phiên bản mở rộng năm 2025 – Có kèm theo những nhận xét và chú thích của biên tập viên)

Tôi tên là **Emmanuel Eni** — đây là câu chuyện có thật về lòng thương xót, ân điển và tình yêu bất diệt của Chúa dành cho cuộc đời tôi.

Kinh Thánh chép rằng: *"Hãy dạy dỗ con cái theo đường lối đúng đắn, để khi chúng lớn lên, chúng sẽ chẳng lìa bỏ đường lối ấy"* (Châm ngôn 22: 6).

Đây là câu chuyện về những công việc vĩ đại, kỳ diệu và huyền bí của Đức Chúa Trời, được viết ra để tuân theo mệnh lệnh của Chúa Giê-su Christ, Đấng đã phán với tôi rằng: *"Hãy đi và làm chứng về những điều Ta đã làm cho các con."*

Người ta thường nghĩ bất hạnh là một định mệnh không thể thay đổi. Ở một mức độ nào đó điều này đúng, nhưng đối với con cái Chúa, mỗi cuộc đời đều được Chúa sắp đặt (Châm ngôn 16: 9). Việc kế hoạch đó được hoàn thành hay không phụ thuộc vào nhiều yếu tố — sự gần gũi của người đó với Chúa, sự hiểu biết của họ về mục đích tối thượng của cuộc sống và môi trường định hình sự phát triển tâm linh của họ.

Cuộc đời mỗi người luôn phải đối mặt với những thử thách từ bên ngoài. Khủng hoảng xảy ra khi chúng ta từ bỏ **ý chí của mình** – dù là vì điều tốt hay điều xấu. Ý chí vâng phục Chúa là sức mạnh lớn nhất của người tin Chúa mới sinh, trong khi ý chí bất tuân là sức mạnh hủy diệt nhất trong tay kẻ tội lỗi.

Một đứa trẻ bị bỏ lại một mình trên thế giới sẽ sớm bị chi phối bởi một trong hai thế lực: **thiện hay ác** , **ánh sáng hay bóng tối** , **Chúa hay ma quỷ** . Mỗi linh hồn phải chọn phục vụ chủ nhân nào. Đó là lý do tại sao Kinh Thánh nói: *"Hãy dạy dỗ con cái theo đường lối đúng đắn, và khi chúng lớn lên, chúng sẽ không lìa bỏ đường lối ấy."*

Chắc hẳn bạn cũng đồng ý rằng người thân yêu và gần gũi nhất với trái tim một đứa trẻ chính là mẹ của nó. Tuy nhiên, một đứa trẻ mồ côi lại dễ bị tổn thương gấp đôi — cả về thể chất lẫn tinh thần. Người mẹ bảo vệ cả thể xác lẫn tâm hồn; khi cả cha lẫn mẹ đều mất đi, đặc biệt là trong những hoàn cảnh bí ẩn, đứa trẻ sẽ dễ bị tổn thương trước những cám dỗ của bóng tối.

Câu chuyện của tôi bắt đầu hơn hai thập kỷ trước tại một ngôi làng nhỏ tên là **Amerie. Iriegbu Ozu Item** , nằm ở **khu vực chính quyền địa phương Bende (nay thuộc bang Abia , nhưng trước đây thuộc bang Imo vào thời điểm câu chuyện này diễn ra)** . Cha mẹ tôi không giàu có, nhưng cha tôi đã thừa kế 42 hecta đất từ ông nội – một phước lành đã biến thành bi kịch lớn nhất trong lịch sử gia đình chúng tôi.

Vì gia sản thừa kế đó, cha tôi bị họ hàng gần xa ghen tị. Lúc ấy tôi không hiểu, nhưng sự ghen tị và lòng tham đã trở thành cánh cửa mở ra cho lòng thù hận và sự hủy diệt ma quỷ xâm nhập vào gia đình chúng tôi. Điều bắt đầu như một sự ghen tị thông thường nhanh chóng leo thang thành những sự kiện kỳ lạ, thay đổi cuộc đời tôi mãi mãi.

Sự cống hiến

Để tôn vinh Thiên Chúa Cha, Thiên Chúa Con và Thiên Chúa Thánh Thần -

Đấng giải cứu chúng ta khỏi bóng tối và mời gọi chúng ta vào ánh sáng kỳ diệu của Ngài.

Lời chứng ngôn này trước hết và trên hết được dành riêng cho **Chúa và Đấng Cứu Thế Giê-su Ki-tô , Chiên Con của Đức Chúa Trời** ,

Đấng cất đi tội lỗi của thế gian, lòng thương xót của Ngài đã thấu đến tận cùng bóng tối và mang lại sự cứu chuộc cho một linh hồn từng lạc lối nhưng nay bừng cháy với mục đích sống.

Gửi **Mục sư Emmanuel Amos Eni** , người có lòng can đảm vạch trần những việc làm xấu xa của bóng tối,

đã soi sáng nhiều thế hệ và tiếp tục giải thoát những người bị giam cầm bằng sức mạnh của lẽ thật. Sự vâng phục của ngài đối với khải tượng thiêng liêng vẫn là ngọn hải đăng của hy vọng và lời cảnh báo cho các quốc gia.

Gửi đến tất cả những ai đã được giải thoát nhờ quyền năng của Chúa Giê-su Ki-tô,

nguyện cho sự tự do của các bạn trở thành lời chứng cho những người khác vẫn còn đang bị xiềng xích.

Gửi đến Giáo Hội đang cầu nguyện—Cô dâu của Chúa Kitô—

mong rằng câu chuyện này sẽ khơi dậy ngọn lửa nhiệt huyết trong lòng thánh thiện, sự tỉnh thức và lòng thương xót của các bạn.

"Vì Con Người đến để tìm kiếm và cứu vớt những kẻ lạc mất."

(Lu-ca 19:10)

Lời cảm ơn

Với lòng biết ơn sâu sắc, chúng tôi xin ghi nhận và tôn vinh:

- **Mục sư Emmanuel Amos Eni** , người được chọn và là nhân chứng tận mắt về sự giải thoát khỏi vực sâu của sự lừa dối của Sa-tan. Lời chứng của ngài vẫn là tiếng kèn thiêng liêng – thức tỉnh các tín đồ đến với những chân lý tâm linh và tôn vinh sự tối cao của Chúa Giê-su Ki-tô. Cuộc đời ngài tiếp tục chứng minh rằng không có bóng tối nào quá sâu thẳm đối với lòng thương xót của Chúa.
- **Chúa Giê-su Ki-tô** , Đấng Khởi Nguyên của Sự Cứu Rỗi, Đấng Giải Cứu các linh hồn và Vua Vinh Quang Vĩnh Hằng - quyền năng của Ngài phá tan mọi xiềng xích, chữa lành mọi vết thương và khôi phục mục đích sống cho những người lạc lối.
- **Đức Thánh Linh** , Đấng Mặc Khải Chân Lý và Đấng Nâng Đỡ những người được cứu chuộc—Đấng cáo trách, ban sức mạnh và an ủi tất cả những ai thành tâm bước theo Chúa Kitô.
- **tớ trung thành, những người cầu thay và những môn đồ của Chúa Giê-su Christ** trên khắp các quốc gia, những người mang ngọn đuốc của lẽ thật và lời cầu nguyện chiến đấu đến tận nhà, bục giảng và cộng đồng. Lập trường của các bạn vì sự công chính làm rung chuyển vương quốc bóng tối.
- **Toàn thể thân thể Chúa Kitô trên toàn thế giới** , được thức tỉnh bởi lời chứng này về sự cảnh giác tâm linh, lòng thương xót đối với những người lạc mất, và sự cam kết giữ gìn sự thanh khiết trong đời sống và giáo lý.
- **Nhóm xuất bản và phục chế** tại *God's Eagle Ministries (GEM)* và *Otakada.org* , dưới sự lãnh đạo của **Đại sứ Monday O. Ogbe** , với sứ mệnh *"Gieo mầm Lời Chúa khắp các quốc gia – từng cuộc đời một",*

đảm bảo rằng ánh sáng của lời chứng này sẽ lan tỏa đến mọi ngóc ngách trên trái đất.

- **Các đối tác và những người ủng hộ trên toàn thế giới** , thông qua lời cầu nguyện, sự đóng góp và sự khích lệ, tiếp tục giúp mang thông điệp về sự giải thoát, sự môn đệ hóa và sự biến đổi đến một thế giới đang cần chân lý và hy vọng.

Cuối cùng, mọi lời tạ ơn đều trở về **Đấng trị vì đời đời –**

An-pha và Ô-mê-ga, Đấng Đầu Tiên và Cuối Cùng, Đấng mà mọi đầu gối sẽ quỳ xuống và mọi lưỡi sẽ xưng nhận:

Chúa Giê-su Ki-tô là Chúa.

"Ngợi khen Đấng yêu thương chúng ta và đã giải thoát chúng ta khỏi tội lỗi nhờ huyết Ngài,

và đã lập chúng ta làm một vương quốc và làm thầy tế lễ để phục vụ Đức Chúa Trời, Cha Ngài—

Nguyện vinh quang và quyền năng thuộc về Ngài đời đời. Amen."

(Khải Huyền 1:5-6)

Giới thiệu về Nhà xuất bản – Gods Eagle Ministries – Otakada.org

"Gieo mầm cho các quốc gia, thay đổi cuộc sống."

God's Eagle Ministries (GEM) — hay còn gọi là ***Otakada.org*** *[1] — là một phong trào Cơ Đốc giáo không biên giới, được dẫn dắt bởi Thánh Linh, và là một nền tảng truyền thông cam kết mang lại sự chữa lành, giải thoát, môn đệ hóa và phục hồi cho các quốc gia thông qua chân lý vĩnh cửu của Lời Chúa.*

Chúng tôi là ***một Giáo Hội không có tường bao, biên giới hay giáo phái*** *, đáp lại lời kêu gọi của Chúa Giê-su trong Giăng 17:21-23 — "Để tất cả họ đều được hiệp nhất."*

Tầm nhìn của chúng tôi

Xây dựng ***một thế giới Cơ Đốc thống nhất*** *— nơi các tín đồ cùng bước đi trong sự hiệp nhất về mặt tâm linh, được sức mạnh bởi lẽ thật, được Thánh Linh hướng dẫn và được biến đổi thông qua sự môn đệ hóa dựa trên sự vâng phục.*

Sứ mệnh của chúng tôi

"Gieo mầm Lời Chúa đến các quốc gia – từng cuộc đời một."

Thông qua những cuốn sách như "Được giải thoát khỏi quyền lực của bóng tối", GEM đang chiếu sáng ánh sáng của Chúa Giê-su vào những nơi tăm tối, bày tỏ quyền năng cứu rỗi, chữa lành và giải thoát của Ngài.

Chúng tôi thực hiện điều này bằng cách:

- *Xuất bản và phân phối* ***các tài liệu về môn đệ hóa Cơ Đốc giáo và sự giải thoát*** *tại hơn* ***66 quốc gia.***
- *Tổ chức một* ***hành trình học hỏi môn đệ tự động kéo dài 40 ngày*** *trên* ***Otakada.org*** [2]
- *Tham gia vào các hoạt động* ***tư vấn, cầu nguyện, chữa lành và giải***

---

1. ***https://www.otakada.org***

2. ***https://www.otakada.org***

thoát trên toàn cầu.

- *Hợp tác với **năm ơn ban trong chức vụ** để trang bị cho Thân Thể Chúa Kitô hướng đến sự hiệp nhất và trưởng thành.*
- *Tạo và phát hành **hơn 2 triệu nội dung hướng đến Cơ Đốc giáo** trên toàn thế giới*

Giá trị cốt lõi của chúng tôi

Sự táo bạo • Tính chính trực • Sự xuất sắc • Lòng can đảm • Sự sáng tạo • Tốc độ • Lòng bác ái

Niềm đam mê của chúng tôi

*Chúng tôi hết lòng giúp các tín đồ trải nghiệm **sự tự do trọn vẹn trong Chúa Kitô** — về tinh thần, tâm hồn và thể xác.*

Qua những lời chứng thực thực tế như "Được giải thoát khỏi quyền lực của bóng tối", chúng tôi loan báo chiến thắng của Thập tự giá và sức mạnh biến đổi của Đức Thánh Linh trên mọi hình thức nô lệ.

Bảy khía cạnh cốt lõi trong công việc của chúng tôi

1. ***Truyền tải thông điệp về sự hiệp nhất đến các Giáo hội:** Chúng tôi tương tác với các giáo phái khác nhau, khuyến khích họ tương tác với nhau.*
2. ***Cầu nguyện và ăn chay hàng năm:** Mỗi năm, chúng tôi dành **40 ngày** (17 tháng 3 – 26 tháng 4) để cầu nguyện cho Giáo hội và các nhà lãnh đạo với chủ đề chính là **sự hiệp nhất, sự phục hưng và việc trở thành môn đệ** .*
3. ***Xuất bản:** Chúng tôi đã xuất bản **hơn 65 cuốn sách về môn đệ hóa** do chính chúng tôi viết và **hơn 100 đầu sách** của các tác giả Cơ Đốc khác, được phân phối đến **66 quốc gia** .*
4. ***Phân phối nội dung toàn cầu:** Chúng tôi đã tạo ra, tổng hợp và phát hành **hơn 2 triệu tài liệu Cơ đốc giáo** từ nhiều ơn gọi phục vụ khác nhau thuộc năm lĩnh vực.*
5. ***Chương trình học hỏi và trở thành môn đệ của Chúa Giê-su trong 40 ngày tự động:** Một hành trình có hướng dẫn được tổ chức trên **Otakada.org**, dành cho các tín đồ trên toàn thế giới.*
6. ***Tư vấn & Phục hồi:** Chúng tôi tư vấn cho các tín hữu Cơ đốc trên toàn thế giới (trực tuyến + trực tiếp) khi Chúa mang đến **sự chữa lành, giải***

thoát và phục hồi — về tinh thần, tâm hồn và thể xác.

7. **Hành động tiên tri:** *Dưới sự hướng dẫn của Đức Thánh Linh, chúng ta thực hiện* **các hành động tiên tri** *và* **dâng hiến lãnh thổ** *cho Chúa.*

Đôi điều về sự hiệp nhất (Sự rõ ràng theo Kinh Thánh)

- **Sự hiệp nhất trong Thánh Linh (Ê-phê-sơ 4:3):** Một *thực tại hiện hữu* giữa các tín hữu—được giữ gìn nhờ sự khiêm nhường, tình yêu thương và mối dây hòa bình. Chúng ta không tạo ra nó; chúng ta **gìn giữ** nó.
- **Sự hiệp nhất trong đức tin (Ê-phê-sô 4:13):** Một *mục tiêu phát triển* — đạt được khi Giáo hội trưởng thành trong sự **hiểu biết về Con Thiên Chúa** qua **việc trở thành môn đệ dựa trên sự vâng phục** .

ĐIỀU NÀY CÓ NGHĨA LÀ sự hiệp nhất của chúng ta mang **tính tương quan (trong Thánh Linh)** và **mang tính hình thành (hướng đến sự trưởng thành giống như Chúa Kitô)** — không bao giờ chỉ là sự đồng nhất đơn thuần, mà là **sự hiệp nhất trong Chúa Giêsu** giữa các giáo phái và quốc gia.

Phạm vi toàn cầu của chúng tôi

- *Hơn* ***500 cuốn sách*** *do* ***Đại sứ Monday O. Ogbe*** *và nhóm GEM biên soạn.*
- *Hiện diện tích cực tại* ***hơn 66 quốc gia***
- *Tiếp cận hơn* ***500.000 người mỗi tháng cả trực tuyến và ngoại tuyến.***
- ***Tuần lễ cầu nguyện và kiêng ăn toàn cầu 40 ngày hàng năm*** *(17 tháng 3 – 26 tháng 4) cho sự phục hưng, hiệp nhất và tái thiết.*

◈ Các nền tảng hoạt động của Bộ chúng tôi

- ***Otakada.org***[3] *— Môn đệ hóa, giải thoát, cầu nguyện và mục vụ tiên tri*
- ***Shop.Otakada.org***[4] *— Sách, khóa học trực tuyến và công cụ phát triển*

3. *https://www.otakada.org*

Cơ Đốc giáo

- ***Trang tác giả trên Amazon:***
    - *Zacharias Godseagle / Đại sứ Monday O. Ogbe – Trang 1* [5]*- https://www.amazon.com/stores/Zacharias-Godseagle/author/B0FCZ89D4K*
    - *Đại sứ Thứ Hai O. Ogbe – Trang 2*[6] *https://www.amazon.com/stores/author/B07MSBPFNX/allbooks*
- ***Các kênh YouTube:***
    - *Hội thánh God's Eagle Ministries (Trang chính)*[7] *https://www.youtube.com/@godseagleministries* [8] *– Bài giảng & lời chứng*
    - *Đại sứ Thứ Hai O. Ogbe (Mới nhất)*[9] *https://www.youtube.com/@AmbassadorMondayogbe* [10] *– Phim & Truyền giáo Toàn cầu*

Kết nối với chúng tôi

Email: *ambassador@otakada.org*

WhatsApp / Điện thoại: *+1 804-778-2759 (Whatsapp) | +1 302-492-2440 | +234-803-283-5348 (Whatsapp)*

Blog: *otakada.org/blog*[11]

Hợp tác hoặc đóng góp: *Bấm vào đây*[12]

Sự hiện diện toàn cầu của chúng tôi

- ***Bờ Đông Hoa Kỳ:*** *3825 Lancaster Pike, Wilmington, DE*

---

4. https://shop.otakada.org
5. https://www.amazon.com/stores/Zacharias-Godseagle/author/B0FCZ89D4K
6. https://www.amazon.com/stores/author/B07MSBPFNX/allbooks
7. https://www.youtube.com/@godseagleministries
8. https://www.youtube.com/@godseagleministries
9. https://www.youtube.com/@AmbassadorMondayogbe
10. https://www.youtube.com/@AmbassadorMondayogbe
11. https://www.otakada.org/blog
12. https://www.otakada.org/partnership-giving/

- ***Bờ Đông Hoa Kỳ:*** *4510 Burkes Promise Drive, Bowie, Maryland*
- ***Bờ Tây Hoa Kỳ:*** *1985 Del Amo Blvd, Torrance, CA*
- ***Trụ sở Tây Phi:*** *8 Sahaba Residence, Lugbe, Abuja*
- ***Trụ sở chính khu vực Tây Phi:*** *14 Olalere Close, Off Millionaire Quarters, Jos North, Jos, Plateau State*

Liên hệ lãnh đạo nhà xuất bản

Đại sứ Monday O. Ogbe , bút danh – Zacharias Godseagle

Người sáng lập, tác giả và nhà truyền giáo lưu động

của God's Eagle Ministries – Một Giáo Hội Không Tường, Biên Giới hay Giáo Phái.

"Cùng nhau, chúng ta hãy xây dựng Thân Thể, chữa lành những tổn thương và hiệp nhất Giáo Hội – Nhờ Thánh Linh của Ngài!"

Shalom!

Lời tựa của biên tập viên — Phiên bản phục chế và mở rộng năm 2025

"Họ đã thắng hắn nhờ huyết của Chiên Con và lời chứng của họ." — Khải Huyền 12:11

Hơn bốn thập kỷ trước, một người đàn ông khiêm nhường tên là **Emmanuel Eni** đã được cứu rỗi khỏi vực sâu tăm tối nhờ lòng thương xót vô biên của Chúa Giê-su Ki-tô.

Câu chuyện của ông — từng được in trên những tờ rơi đơn giản và truyền tay nhau khắp châu Phi — kể từ đó đã lan đến mọi lục địa, làm biến đổi tấm lòng, vạch trần sự lừa dối và thức tỉnh Giáo hội về cuộc chiến vô hình giành giật linh hồn con người.

Phiên bản Phục hồi & Mở rộng năm 2025 này không phải là viết lại, mà là sự *tái soi sáng* .

Chúng tôi đã cẩn thận bảo tồn tính xác thực trong giọng văn của Emmanuel Eni đồng thời bổ sung thêm sự rõ ràng, bối cảnh đã được xác minh và chiều sâu Kinh Thánh cho thế hệ mới đang đối mặt với những thế lực cổ xưa tương tự dưới vỏ bọc hiện đại.

Ngày nay, bóng tối khoác lên mình những bộ quần áo mới — công nghệ, giải trí, những giao ước bí mật và sự tự tôn thờ. Nhưng cuộc chiến vẫn không thay đổi. Những lời chứng và bài suy niệm được thêm vào đây cho thấy điều Chúa Giê-su đã làm cho một người, Ngài vẫn đang làm cho tất cả. Từ New York đến Nairobi, từ đền thờ đến màn ảnh, ánh sáng của Ngài vẫn soi rọi mọi cõi tăm tối.

Chúng tôi cầu nguyện rằng khi bạn đọc những trang sách này, nỗi sợ hãi sẽ nhường chỗ cho đức tin, bởi vì đức tin đến từ sự nghe và sự nghe đến từ lời Chúa, và sự tò mò sẽ nhường chỗ cho niềm tin vững chắc. Mong rằng bạn sẽ nhìn thấy vượt qua những điều giật gân để thấy được ý nghĩa cứu chuộc — rằng đây không chỉ đơn thuần là lời thú nhận của một người, mà là sự mặc khải về một Đấng Cứu Thế đầy lòng thương xót.

Ấn bản này cũng bao gồm **Hành trình Giải thoát 40 ngày** được thiết kế để giúp người đọc không chỉ chứng kiến sự giải thoát mà còn *sống* trong quyền năng – trong gia đình, quốc gia và không gian kỹ thuật số. Mỗi ngày kết hợp Kinh Thánh, suy ngẫm và cầu nguyện tiên tri, đỉnh điểm là lời kêu gọi toàn cầu dành cho các tín đồ hãy đứng lên làm chứng nhân và người giải cứu cho thế hệ của họ.

"Bạn không thể dạy dỗ những gì bạn chưa truyền đạt;
bạn không thể cai trị nơi bạn vẫn còn bị ràng buộc."

Chúng tôi mời bạn đọc với lòng thành kính, suy xét và tấm lòng rộng mở.

Chính Đức Chúa Trời đã cứu Emmanuel Eni vẫn đang cứu rỗi ngày nay. Và chỉ mình Ngài xứng đáng được vinh quang, tôn kính và quyền năng đời đời.

Trong quá trình biên tập ấn bản này, tôi đã tận mắt chứng kiến cuốn sách này kết nối các châu lục như thế nào. Hàng ngày đều có những thông điệp đến từ Ý, Đức, Kenya, Mỹ, Nigeria và nhiều nơi khác, mỗi thông điệp đều mang một câu hỏi, một giấc mơ hoặc một lời chứng về sự tự do mới. Những người từng sợ hãi điều vô hình giờ đây khám phá ra rằng sự mặc khải từ Chúa vẫn đang được truyền đạt qua Thánh Linh của Ngài.

Để đáp ứng nhu cầu ngày càng tăng này, chúng tôi đã tạo ra một nền tảng đối thoại liên tục trong **các cộng đồng môn đệ hóa toàn cầu của GEM** (được liệt kê ở cuối tập sách này). Tại đó, độc giả có thể chia sẻ kinh nghiệm, đặt câu hỏi và nghiên cứu Kinh Thánh làm sáng tỏ câu chuyện của Emmanuel Eni—giống như anh Francesco đến từ Ý đã làm. Những tương tác này nhắc nhở chúng ta rằng câu chuyện chưa kết thúc; nó đang được nhân rộng. Tìm hiểu thêm chi tiết trong cuốn sách có tựa đề **"Câu hỏi của độc giả, Đối thoại toàn cầu và Trường Giải thoát"**.

"Giải thoát khỏi quyền lực bóng tối" đã trở thành cả một cuốn sách và một phong trào - một lớp học toàn cầu nơi Đức Thánh Linh là Người Thầy và Chúa Kitô là Bài Học.

— Đại sứ Monday O. Ogbe

, Người sáng lập **Tổ chức God's Eagle Ministries (GEM)**

, Biên tập viên cuốn sách *"Giải thoát khỏi quyền lực bóng tối" — Phiên bản phục dựng và mở rộng (2025)*

Chương 1 - Cuộc Trốn Thoát Đến "Cuộc Sống Mới"

(Phiên bản mở rộng năm 2025 – Có kèm theo những nhận xét và chú thích của biên tập viên)

"Hãy dạy dỗ con cái theo đường lối đúng đắn, để khi chúng lớn lên, chúng sẽ không lìa bỏ đường lối ấy" (Châm ngôn 22: 6).

Đây là câu chuyện về những công việc của Chúa – vĩ đại, kỳ diệu và huyền bí – trong sự vâng phục mệnh lệnh của Chúa Giê-su Ki-tô dành cho tôi rằng: "Hãy đi và làm chứng về những điều Ta đã làm cho con."

(Ghi chú của biên tập viên – Cập nhật năm 2025: Cuốn sách bắt đầu bằng sự vâng phục trực tiếp lời kêu gọi làm chứng của Chúa Kitô – Mác 5:19 . Mỗi lời chứng là một vũ khí chống lại bóng tối – Khải Huyền 12:11.)

Người ta thường nghĩ bất hạnh là do số phận và chúng ta không thể làm gì để thay đổi những sự kiện trong cuộc đời mình. Ở một mức độ nào đó, điều này là đúng. Đối với con cái của Chúa, cuộc đời họ đã được hoạch định (Châm ngôn 16: 9). Liệu kế hoạch đó có được hoàn thành hay không phụ thuộc vào một số yếu tố, sự gần gũi của cá nhân với Chúa, quan điểm của họ về mục đích tối thượng của cuộc sống và môi trường xã hội - tâm linh mà họ đang sống.

(Sự thấu hiểu tâm linh: Quyền tối cao của Chúa không xóa bỏ trách nhiệm của con người. Sự hòa hợp với ý muốn của Ngài mới biến một kế hoạch thành định mệnh.)

Cuộc đời bạn bị thử thách bởi một số yếu tố bên ngoài. Khủng hoảng xảy ra khi bạn phó thác ý chí của mình theo cách này hay cách khác, dù là vì điều tốt hay điều xấu. Bạn có thể yêu thương hoặc căm ghét. Bạn có thể muốn hiểu hoặc hiểu lầm. Ý chí vâng phục là sức mạnh lớn nhất của một người Kitô hữu mới sinh ra, trong khi ý chí bất tuân là sức mạnh hủy diệt nhất của kẻ tội lỗi.

Một đứa trẻ khi bị bỏ lại một mình trên thế giới sẽ bị chi phối bởi một trong hai thế lực: thiện hay ác, đúng hay sai, Chúa hay ma quỷ. Mỗi người đều phải đối mặt với thử thách từ hai thế lực này của cuộc sống, và mỗi người phải lựa chọn cuộc sống nào mình muốn sống. Và tôi tin rằng đó chính là điều Kinh Thánh nói: "Hãy dạy dỗ con cái theo đường lối đúng đắn, và khi chúng lớn lên , chúng sẽ không lìa bỏ đường lối ấy." Chắc chắn bạn cũng đồng ý rằng người thân yêu và gần gũi nhất với trái tim của bất kỳ đứa trẻ nào chính là mẹ của chúng. Một đứa trẻ mồ côi là một đứa trẻ bất hạnh và dễ bị ma quỷ tấn công hơn những đứa trẻ có cha mẹ. Người mẹ là người bảo vệ cả thể xác lẫn tâm hồn, nhưng bi kịch càng nhân lên khi cả cha lẫn mẹ đều mất đi, nhất là trong những hoàn cảnh bí ẩn nhất.

(Bối cảnh văn hóa: Ở nhiều làng quê châu Phi, trẻ mồ côi được xem là mục tiêu dễ bị tổn thương trước những lời buộc tội phù thủy hoặc các cuộc tấn công tâm linh vì chúng thiếu quần áo và sự bảo vệ về thừa kế.)

Câu chuyện của tôi bắt đầu cách đây 22 năm tại một ngôi làng nhỏ tên là **Amerie. Iriegbu Ozu Item** thuộc **Cơ quan Chính quyền Địa phương Bende, Bang Imo.** Cha mẹ tôi không thuộc tầng lớp giàu có, nhưng cha tôi may mắn được thừa kế 42 hecta đất từ ông nội, một phước lành mà ngày nay lại mang đến tai họa lớn nhất trong lịch sử gia đình. Cha tôi bị họ hàng xa và gần ghen tị vì những lý do tôi không biết, có lẽ vì khối tài sản đất đai khổng lồ mà ông được thừa kế.

Abia ngày nay . Khu vực này nổi tiếng với truyền thống gia tộc lâu đời và những tranh chấp đất đai đôi khi dẫn đến các hoạt động trả thù ma thuật.)

Gia đình chúng tôi hạnh phúc, bố mẹ tôi có bốn người con: Love, Margaret, Emmanuel và Chinyere. Sau khi sinh hai cô con gái đầu lòng, bố mẹ tôi chờ đợi 14 năm mới sinh thêm tôi (con trai duy nhất) và sau đó là em gái Chinyere. Điều này mang lại hạnh phúc thực sự cho gia đình, nhưng hạnh phúc ấy chẳng kéo dài được bao lâu vì bi kịch đầu tiên ập đến. Mẹ tôi, người mẹ hiền lành và chu đáo, qua đời. Bà được cho là chết vì phù phép, và bốn năm sau, bố tôi cũng qua đời, cũng do bị cho là bị yểm bùa. Hai năm sau cái chết của cả bố và mẹ, chị gái cả của tôi, Love, biến mất một cách bí ẩn và Margaret, con gái thứ hai của bố mẹ tôi, bị mắc bệnh tâm thần. Đó là một chuỗi bi kịch trong cuộc đời của một gia đình khiêm tốn và hạnh phúc.

(Suy ngẫm tâm linh: Sự ganh tị giữa các thế hệ và lời nguyền đất đai là những điểm khởi đầu phổ biến cho sự tấn công của ma quỷ – Gia-cơ 3:16 "Vì

nơi nào có sự ganh tị và tham vọng ích kỷ, nơi đó có sự hỗn loạn và mọi việc ác.")

Tôi và em gái Chinyere được gửi đến sống với ông bà. Ở đó, tôi hoàn thành chương trình tiểu học và sau đó được nhận vào trường trung học Item. Tôi học đến lớp 3 rồi bỏ học vì thiếu tiền học phí. Không lâu sau đó, ông bà tôi cũng qua đời. Sau tất cả các nghi lễ tang lễ, một người họ hàng không rõ danh tính đã đưa em gái tôi, Chinyere, đi, và đến nay tôi vẫn không biết tung tích của em ấy. Tôi bị ngược đãi nặng nề và buộc phải quay về nhà cha, sống một mình ở đó khi mới 13 tuổi. Một đứa trẻ 13 tuổi làm sao có thể tự nuôi sống bản thân giữa những kẻ thù của cha mình và cả của chính mình? Tôi đã rất sợ hãi! Những sự kiện này dường như đã chấm dứt cuộc sống đáng sống của tôi. Có ai quan tâm không? Có ai lo lắng cho "bất hạnh của một cậu bé" không?

(Ghi chú tâm lý: Việc mồ côi từ nhỏ trong hoàn cảnh thù địch tạo ra một tâm lý bị ruồng bỏ và sợ hãi sâu sắc mà kẻ thù sau này lợi dụng bằng những lời hứa hão huyền về sự bảo vệ và quyền lực.)

Một ngày nọ, tôi gặp lại một người bạn quen từ hồi tiểu học tên là **Chinedum. Onwukwe .** Chinedum rất yêu thương tôi và khi nghe tin về tất cả những gì đã xảy ra, anh ấy đã đưa tôi đến nhà cha mẹ mình, những người đã vui vẻ đón nhận tôi và coi tôi như con trai thứ hai. Cuộc sống trở lại bình thường. Tôi được chăm sóc chu đáo. Tôi lại hạnh phúc: lúc đó tôi biết rằng Đức Chúa Trời mà mẹ tôi cầu nguyện khi còn sống vẫn đang hiện hữu ở đâu đó, vì vậy Ngài đã ban cho tôi những người cha mẹ mới, tôi nghĩ như vậy. Tôi tận hưởng cuộc sống tốt đẹp này khoảng hai năm, rồi ma quỷ lại giáng tai họa.

Chinedum và bố mẹ cậu ấy đang trên đường đến Umuahia thì xe của họ đâm vào một chiếc xe tải chở đất sét. Chinedum và bố mẹ cậu ấy chết ngay tại chỗ! Nghe tin ấy , tôi ngã quỵ. Nỗi đau của tôi không thể diễn tả bằng lời. Tôi cố gắng sống sót qua lễ tang, lo củi cho những người đang nấu ăn và chạy việc vặt: sau đó tôi trở về nhà bố và tiếp tục những công việc lao động chân tay để kiếm sống.

(Suy nghĩ của biên tập viên: Sự mất mát lặp đi lặp lại tạo ra một vòng xoáy chấn thương mà các thế lực đen tối thường lợi dụng để chiêu mộ một linh hồn thông qua sự cay đắng hoặc khát vọng trả thù.)

Tôi tiếp tục làm những việc lặt vặt trong trang trại, trong vườn, đi câu cá với các bậc trưởng lão cho đến một ngày, một người đàn ông trong khu nhà tôi thuê tôi làm việc trong trang trại của ông ta với giá 50.000 đồng. Tại trang trại, ông ta đặt cho tôi một loạt câu hỏi. Đầu tiên, ông ta yêu cầu tôi chỉ cho ông ta xem đất đai của cha tôi; thứ hai, giao những mảnh đất đó cho một người đàn ông, bất kể người đó có quan hệ họ hàng gần gũi đến đâu. Trong cả hai trường hợp, tôi đều phản đối và ông ta rất tức giận. Sau đó, ông ta thề sẽ giết tôi trong rừng. Tôi sợ hãi và bỏ chạy, la hét cầu cứu. Thật không may, vì khu vực đó nằm sâu trong rừng rậm, không ai đến giúp nhưng sự giúp đỡ đã đến từ Chúa. Ông ta đuổi theo tôi với con dao nhưng vì còn nhỏ tuổi nên tôi quá nhanh và rơi xuống một cái hố sâu khoảng 1,82 mét và bị cỏ vùi lấp trong đó. Ông ta tìm kiếm tôi và sau một lúc thì bỏ cuộc. Sau đó, tôi cố gắng bò ra khỏi hố và đi đường khác trở về làng. Tôi đã báo cáo vụ việc cho các bậc trưởng lão trong khu nhà nhưng không có hành động nào được thực hiện - đó là số phận thường thấy của những đứa trẻ mồ côi.

(Ghi chú lịch sử: 50 kobo ở Nigeria những năm 1970 tương đương với một nửa naira – chưa đến mười xu Mỹ ngày nay – cho thấy mức độ nghèo đói của thời kỳ đó.)

Sự việc này đã gieo rắc lòng căm thù sâu sắc vào trái tim non nớt của tôi; không ai yêu thương tôi, không ai quan tâm. Tôi tự hỏi tại sao lại có người muốn giết tôi khi biết tôi không có cha mẹ. Cuộc sống đầy rẫy khổ đau. Giờ đây tôi biết rằng Chúa trong tình yêu thương của Ngài đã ngăn cản ma quỷ xúi giục tôi tự tử.

Tôi đã quay về với Giáo Hội và trở thành thành viên chính thức của Hội Thánh Assemblies of God ở làng tôi (và vẫn là thành viên cho đến nay), nhưng thật không may, ngay cả khi một số thành viên biết về tôi thì cũng chẳng ai quan tâm. Điều quan trọng cần lưu ý là tôi đã trở thành thành viên chính thức của Giáo Hội mà chưa từng biết đến Chúa Giê-su Christ. Tôi chưa bao giờ biết thế nào là được TÁI SINH. Nếu bạn đang ở trong Giáo Hội của Chúa Giê-su Christ và thấy mình trong hoàn cảnh giống như tôi, hãy dâng đời đời mình cho Chúa Giê-su Christ. Kinh Thánh chép rằng: “Hãy để Ngài gánh lấy mọi lo lắng và phiền muộn của chúng ta, vì Ngài luôn luôn nghĩ đến anh em và để ý mọi sự có liên quan đến anh em” (1 Phi-e-rơ 5: 7 – Bản dịch Kinh Thánh Tân Ước).

(Ghi chú về giáo lý: Việc gia nhập hội thánh không phải là sự cứu rỗi. Sự cứu rỗi là sự tái sinh cá nhân thông qua đức tin nơi Chúa Kitô – Giăng 3: 3-7.)

Giữa những khó khăn và đau khổ ấy, ALICE xuất hiện! Alice là một cô gái tôi quen từ hồi tiểu học. Cô ấy hơn tôi năm tuổi và cùng làng. Chúng tôi học cùng lớp, ngồi cùng ghế và trở nên rất thân thiết. Với mối tình "thời thơ ấu" ấy, chúng tôi hứa sẽ "kết hôn" khi lớn lên. Thật nực cười! Một đứa trẻ 11 tuổi, mồ côi cha mẹ, không được đi học, không có gì ăn, lại đi hứa gả chồng cho một cô gái hơn mình năm tuổi! Sau này Alice lên Akure học trung học và gửi cho tôi hàng tá thư "tình".

Lần tiếp theo tôi gặp Alice, tôi 15 tuổi còn cô ấy 20 tuổi. Cô ấy đã hoàn thành chương trình trung học và đang làm việc tại Ngân hàng Standard Bank Lagos (nay là First Bank), nơi bố mẹ cô ấy sinh sống.

Alice, biết rõ hoàn cảnh và tình cảnh khó khăn của tôi, đã lợi dụng điều đó. Cô ấy bảo tôi đến Lagos cùng cô ấy và đưa cho tôi địa chỉ nhà cùng 50 Naira (tiền tệ quốc gia của Nigeria)! Đó là một gia tài đối với một cậu bé 15 tuổi chưa bao giờ kiếm được quá 2 Naira một ngày! Điều này giống như quà trời ban và điều đó có nghĩa là Lagos hẳn là một nơi tuyệt vời với nhiều tiền bạc và những điều tốt đẹp trong cuộc sống để mọi người cùng tận hưởng. Vậy thì tôi phải đến Lagos để tự kiếm tiền và làm giàu. Trong tâm trí tôi, đến Lagos là cách duy nhất để tôi thoát khỏi hiện tại. Thoát khỏi kẻ thù của cha tôi, thoát khỏi kẻ thù của chính tôi, thoát khỏi đói khát và TẤT CẢ những vấn đề của tôi. Thoát! Thoát! Đúng vậy, thoát khỏi tất cả những điều xấu xa!!!

(Suy nghĩ của biên tập viên: "Sự trốn thoát" trở thành chủ đề tâm linh xuyên suốt lời chứng này — tiếng kêu than của nhân loại muốn chạy trốn khỏi nỗi đau, chỉ để rồi nhận ra rằng tự do mà không có Chúa Kitô dẫn đến sự ràng buộc sâu sắc hơn. Sự trốn thoát đích thực chỉ có thể tìm thấy trong Chúa Giêsu Kitô.)

Chìa khóa giải thoát từ Chương 1

- Kế hoạch của Chúa dành cho cuộc đời bạn vẫn không thay đổi ngay cả khi trải qua bi kịch.
- Sự cay đắng mở ra cánh cửa dẫn đến sự nô lệ; sự tha thứ mở ra cánh cửa dẫn đến tự do.
- Việc đi lễ nhà thờ mà không kèm theo sự tái sinh thì không mang lại sự che chở nào.
- Mọi nỗ lực "trốn thoát" ra khỏi Chúa Kitô đều trở thành cái bẫy của kẻ thù.

Lời cầu nguyện suy niệm

LẠY CHÚA GIÊ-SU, CON cảm ơn Ngài vì Ngài không bao giờ bỏ rơi con ngay cả trong lúc đau khổ. Con xin dâng hiến mọi nỗi đau thầm kín, mọi nỗi sợ hãi và mọi nỗ lực trốn tránh mà không có Ngài. Xin giải thoát con khỏi mọi lời nguyền rủa từ đời này sang đời khác và dẫn dắt con đến với mục đích của Ngài. Amen.

Chương 2 – Lễ Nhập Môn

(Phiên bản mở rộng năm 2025 — chú thích ngắn gọn)

« Có một con đường dường như ngay thẳng đối với con người, nhưng cuối cùng lại dẫn đến sự chết. » Châm ngôn 14:12

« Nhưng kẻ ác giống như biển động, không thể yên lặng, nước dậy sóng bùn đất. Đức Chúa Trời phán với kẻ ác rằng: Không có sự bình an nào cả. » Ê-sai 57:20-21

(Gợi ý: Những câu Kinh Thánh này làm nền tảng cho chương – điều mà chúng ta thấy là "sự giúp đỡ" và "tự do" bên ngoài Chúa Kitô thực chất là con đường dẫn đến nô lệ và bất ổn. Xem Giăng 8:44; Giăng 10:10.)

Và cuộc sống bên ngoài Chúa Giê-su Ki-tô hoàn toàn giống như những gì đã được nêu trong Kinh Thánh ở trên. Tôi rời làng với 50 Naira và địa chỉ mà Alice cho, để trốn chạy đến tự do, giải phóng, hưởng thụ và tất cả những gì đi kèm với chúng: nhưng như bạn sẽ thấy sau này, nó khác xa so với những gì tôi đã hình dung trong trái tim non trẻ của mình. Khi đến Lagos, nó đẹp đến nỗi tôi so sánh nó với Thiên đường, dù Thiên đường trông như thế nào đi nữa. Tôi nhìn thấy tất cả những tòa nhà cao tầng và đẹp đẽ đó, và trên mỗi khuôn mặt tôi đều thấy niềm hạnh phúc (tôi nghĩ vậy). Mọi người có vẻ rất bận rộn, ai nấy đều lo việc của mình. Tôi rất phấn khởi và tự nhủ: "Giờ thì tôi biết mình đã tự do rồi!"

(Ghi chú lịch sử: Vào cuối những năm 1970, Lagos - khi đó là thủ đô của Nigeria - thể hiện sự thịnh vượng và hiện đại. Nhiều thanh niên nông thôn đã di cư đến đó, biến thành phố này thành điểm nóng của cả các nhà thờ và các hội kín bí mật.)

Tôi đến đường Akintola, đảo Victoria và được Alice cùng bố mẹ cô ấy đón tiếp nồng nhiệt. Bố mẹ cô ấy biết tôi và hoàn cảnh của tôi vì chúng tôi cùng đến từ một ngôi làng, nhưng họ không hề biết về mối quan hệ của tôi với con gái họ. Alice giới thiệu tôi với họ như một người đàn ông mà cô ấy "đã chọn" để kết hôn. Bố mẹ cô ấy rất sốc, nhưng sau một hồi bàn bạc với cô ấy, họ đồng ý với điều kiện là họ sẽ hỗ trợ tôi học hành. Alice từ chối lời đề nghị của họ và yêu cầu được sống cùng cô ấy trong căn hộ của cô ấy. Bố mẹ cô ấy không thể chấp nhận điều này nhưng cô ấy vẫn khăng khăng. Họ tranh cãi gay gắt suốt bốn ngày và dưới một ảnh hưởng không thể giải thích nào đó, họ đã đồng ý và tôi chuyển đến sống cùng Alice.

(Dấu hiệu nhận biết: Áp lực thao túng + "ảnh hưởng không rõ nguồn gốc" là những dấu hiệu kinh điển của sự kiểm soát tâm linh. Xem Ga-la-ti 3:1; 2 Cô-rinh-tô 11:3.)

Alice, một cô gái rất xinh đẹp, nói với tôi rằng cô ấy là kế toán viên của Ngân hàng Standard và sẽ làm cho tôi giàu có, cho tôi tất cả những gì tôi cần trong cuộc sống này và nói: "Cứ an cư lạc nghiệp và tận hưởng đi!" Ấn tượng đầu tiên của tôi về Lagos hóa ra là đúng; vài tháng trước tôi còn sống trong một túp lều nhỏ ở một ngôi làng nhỏ, bao quanh bởi sự thù hận, đói khát và đau khổ, vậy mà giờ đây tôi đang sống trong một thành phố lớn, trong một căn hộ đầy đủ tiện nghi với một người vợ xinh đẹp, người đã hứa sẽ cho tôi tất cả những gì cuộc sống có thể ban tặng. Cô ấy tặng tôi rất nhiều quà cáp, tiền bạc, quần áo, "tình yêu", v.v. Tôi chưa bao giờ biết rằng thế giới lại đầy ắp những " điều tốt đẹp" như vậy . Ma quỷ quả thật là kẻ lừa dối! Kinh Thánh đã nói đúng: "Kẻ trộm chỉ đến để làm gì khác hơn là để ăn cắp, để giết hại và để phá hủy. CHỈ Con Người (CHÚA GIÊ-SU CHRIST) mới có thể ban sự sống và ban cho sự sống dồi dào hơn" (Giăng 10:10). Kính thưa độc giả, ma quỷ không có món quà nào là miễn phí! Bất cứ thứ gì nó cho bạn đều là để đổi lấy linh hồn của bạn. Cảm giác hưng phấn này chỉ kéo dài trong thời gian ngắn, bởi vì sau ba tháng, những điều kỳ lạ bắt đầu xảy ra.

(Luật tâm linh: "Ân tứ" của Sa-tan tạo ra nợ (sự nô lệ). Ân tứ của Chúa Giê-su tạo ra sự tự do (ân điển). Rô-ma 6:23; Ê-phê-sô 2:8-9.)

Những Trải Nghiệm Bí Ẩn

Một đêm nọ, tôi tỉnh giấc giữa đêm khuya và thấy một con trăn khổng lồ nằm bên cạnh. Tôi muốn hét lên nhưng không thể. Có những đêm, tôi thức dậy và thấy thân thể Alice trong suốt như một chiếc túi ni lông. Có những đêm, cô ấy biến mất rồi lại xuất hiện. Có những đêm tôi nghe thấy những tiếng động lạ hoặc tiếng nhảy múa trong phòng khách, v.v. Tôi không thể chịu đựng được những hiện tượng đáng sợ này nữa nên quyết định hỏi cô ấy, và phản ứng đầu tiên là sự hung bạo và lời cảnh báo nghiêm khắc. Cô ấy nói: "Đừng hỏi ta câu này nữa, nếu không ta sẽ xử lý ngươi."

(Biểu hiện: Tê liệt, ảo ảnh biến hình và hoạt động của ma quỷ là những hiện tượng thường gặp khi bị quỷ ám. Lu-ca 4:33–36; Mác 9:17–27.)

Từ lúc đó tôi biết mạng sống mình đang gặp nguy hiểm. Tôi thà chịu đựng những đau khổ ở làng quê còn hơn là đối mặt với những gì mình sắp khám phá ra. Tôi bắt đầu sợ hãi cô ta. Hai ngày trôi qua, cô ta đến với nụ cười, quà cáp và ôm tôi. Cô ta nói yêu thương và quan tâm đến tôi biết bao, động viên tôi đừng sợ hãi và hứa sẽ giải thích mọi chuyện cho tôi sau. Cô ta đưa tôi đến một hộp đêm và ở đó nhắc lại lời hứa sẽ làm cho tôi giàu có, v.v., và nói với tôi: "MỘT NGÀY NÀO ĐÓ CON SẼ BIẾT TẤT CẢ NHỮNG GÌ TA BIẾT!" Chúng tôi trở về và cuộc sống giữa hai người vẫn tiếp diễn như bình thường. Trong thâm tâm, tôi biết mình đang gặp nguy hiểm, nhưng làm sao tôi có thể trốn thoát và sẽ trốn đi đâu? Điều quan trọng cần lưu ý ở đây là cha mẹ của Alice không hề biết rằng con gái họ, dù còn trẻ, đã dính líu nghiêm trọng đến ma thuật và tâm linh, và cô ta đã nghiêm túc cảnh báo tôi đừng bao giờ nói với họ nếu tôi muốn giữ mạng sống. Thưa độc giả, bạn có thể tưởng tượng được không, một cô gái 20 tuổi lại làm tất cả những điều này? Thế giới bên ngoài nhìn cô ta như một cô gái xinh đẹp và vô hại làm việc cho một ngân hàng lớn, nhưng thực chất cô ta là tay sai của quỷ dữ. Trên thế giới ngày nay có rất nhiều người giống như Alice, như bạn sẽ thấy ở phần sau của cuốn sách này.

(Cảnh báo cho các gia đình: Giấu giếm + đe dọa khủng bố ("đừng nói cho ai biết nếu không sẽ gặp hậu quả") là những dấu hiệu đáng báo động. Cha mẹ/người giám hộ—hãy luôn cảnh giác về mặt tâm linh và thực tế. 1 Phi-e-rơ 5:8.)

Một Khám Phá Kinh Hoàng

Một ngày nọ, sau khi cô ấy đi làm, tôi quyết định lục soát căn hộ. Dù cô ấy còn trẻ, căn hộ được trang bị đầy đủ. Cô ấy có bốn chiếc tủ lạnh và khi mở một chiếc, tôi thấy những hộp sọ người, nhiều bộ phận cơ thể người khác nhau, cả tươi và khô. Trên trần nhà cũng có những bộ xương. Ở một góc khác của một trong những căn phòng (mà sau này tôi biết là một 'buồng'), tôi thấy một cái bình nước đầy máu và một cái cây nhỏ ở giữa bình , một quả bầu khô và một mảnh vải đỏ bên cạnh. Tôi không thể tiếp tục. Lúc này tôi biết mình đã chết và vì không còn nơi nào để chạy trốn, tôi phó mặc cuộc đời mình cho bất cứ điều gì đến, sống hay chết, và giữ im lặng. Alice trở về nhà và qua ánh mắt cô ấy nhìn tôi, tôi biết rằng ngay trong văn phòng của cô ấy, cô ấy đã biết những gì tôi đã làm trong nhà.

(Thuật ngữ huyền bí: "Bình máu với cây sống" = bàn thờ để nuôi dưỡng/ làm mới giao ước. Quả bầu/vải đỏ = vật chứa/ấn tín dùng trong nghi lễ. Ê-xê-chi-ên 8; Thi Thiên 16:4.)

Cuộc gặp gỡ với thế giới huyền bí.

Ngày hôm sau, cô ấy yêu cầu tôi đi theo cô ấy đến một cuộc họp. Tôi đã bị giam giữ và không còn lựa chọn nào khác. Chúng tôi đến một tòa nhà rất lớn ở ngoại ô Lagos. Khi đến nơi (tòa nhà có một hội trường hội nghị dưới lòng đất), Alice hướng dẫn tôi vào bằng lưng. Tôi vâng lời và vào bằng lưng, cô ấy cũng làm vậy. Hội trường rất rộng, có khoảng 500 thanh niên nam nữ ngồi thành vòng tròn, và ngồi phía trên họ là một người đàn ông chỉ nhìn thấy đầu mà không thấy thân, đó là Người Lãnh đạo. Một số người trẻ tuổi này là sinh viên, sinh viên đại học, sinh viên tốt nghiệp, giáo viên, v.v. Alice nhấn một nút trên tường và một chiếc ghế từ dưới đất trồi lên, tôi ngồi xuống. Cô ấy cũng làm tương tự và một chiếc ghế khác trồi lên cho cô ấy, cô ấy ngồi xuống. Cô ấy giới thiệu tôi với mọi người trong hội trường như một thành viên mới và họ vỗ tay chào đón tôi. Alice được thăng chức nhờ việc này. Tất cả những gì họ thảo luận trong cuộc họp, tôi đều không hiểu. Cuối cùng, khi chúng tôi chuẩn bị rời đi, Người Lãnh đạo yêu cầu tôi quay lại một mình vào ngày hôm sau. Đây là lần đầu tiên tôi tiếp xúc với thế giới huyền bí.

(Lưu ý: Việc nhập liệu ngược lại mô phỏng sự đảo ngược—sự đảo lộn có chủ ý trật tự thiêng liêng. Ê-sai 5:20; 2 Tê-sa-lô-ni-ca 2:9-10.)

Cũng đêm đó, lúc 2 giờ sáng (đây là giờ thường diễn ra các cuộc họp và các hoạt động nguy hiểm của tất cả các thế lực bóng tối và tay sai của chúng), Alice đánh thức tôi dậy và tiết lộ một số điều. Cô ấy nói: "Tôi không phải là người bình thường. Tôi là nửa người nửa linh hồn, nhưng chủ yếu là linh hồn.

Những thứ bạn thấy trong phòng tôi là những thứ tôi dùng trong các buổi cầu nguyện mỗi sáng, để các linh hồn dẫn dắt tôi suốt cả ngày. Còn về những bộ xương, tôi sẽ kể cho bạn sau."

(Thời gian: 12-3 giờ sáng thường là mục tiêu của các hoạt động huyền bí. Những người tin Chúa đối phó bằng lời cầu nguyện tỉnh thức — Lu-ca 6:12; Công vụ 16:25.)

Tôi không hề nói một lời. Bà ấy lấy ra vài cuốn sách về những bí ẩn thế giới cho tôi đọc, và với tính tò mò của mình, tôi quyết định đọc chúng. Chẳng mấy chốc tôi đã trở nên hứng thú và bà ấy nhận ra ngay điều đó. Không hề hay biết, bà ấy đã gửi tên tôi đến một hội kín ở Ấn Độ. Theo chỉ dẫn trước đó, ngày hôm sau tôi quay lại hội một mình và gặp chín người khác cùng một số người chứng kiến. Chúng tôi sẽ được làm lễ nhập môn. Chúng tôi được gọi ra giữa hội trường và những điều sau đây đã được thực hiện cho chúng tôi:

1. Một hỗn hợp trông giống như bột nhão được xoa lên người chúng tôi. Điều này giúp bạn trở thành thành viên chính thức.
2. Chúng tôi được đưa cho một ly nhỏ chất lỏng giống như dầu để uống. Điều này chứng tỏ bạn đủ điều kiện để trở thành một đặc vụ.
3. Một chất giống như thuốc súng được xoa lên đầu chúng tôi. Điều này cho phép bạn đủ điều kiện để nghiên cứu những bí ẩn của họ.
   Tôi cũng không hề hay biết rằng nghi lễ nhập môn này đang được ghi lại ở Ấn Độ và ngày hôm sau tôi nhận được một lá thư từ họ. Trong thư, tôi được hướng dẫn phải nhuộm lá thư bằng máu của chính mình và gửi lại cho họ bằng phương tiện mà họ mô tả, chứ không phải qua Bưu điện. Tôi đã làm theo. Từ thời điểm này, không còn đường lui; quay lại có nghĩa là cái chết, như người ta vẫn luôn nhắc nhở, và tôi biết rằng không còn hy vọng nào cho tôi nữa.

(Luật tâm linh: Các văn bản được ký bằng huyết có giá trị pháp lý trong tâm linh. Chỉ có huyết của Chúa Giê-su mới hủy bỏ được những giá trị pháp lý đó. Cô-lô-xi 2:14-15; Hê-bơ-rơ 9:14.)

Giao ước với Alice

Một sáng sớm nọ, bà ta nói với tôi rằng có một nghi lễ quan trọng cần được thực hiện trong nhà. Lúc 2 giờ sáng, bà ta mang đến một đứa trẻ đang bò, một bé gái, còn sống. Trước mắt tôi, Alice dùng tay móc mắt đứa trẻ. Tiếng khóc của đứa trẻ ấy làm tan nát trái tim tôi. Sau đó, bà ta giết đứa trẻ thành từng mảnh và đổ cả máu lẫn thịt vào một cái khay rồi bảo tôi ăn. Tôi từ chối. Bà ta nhìn thẳng vào tôi và những gì thốt ra từ mắt bà ta không thể diễn tả bằng lời. Trước khi tôi kịp hiểu chuyện gì đang xảy ra, tôi không chỉ nhai thịt mà còn liếm cả máu. Trong khi đó, bà ta nói: "Đây là một giao ước giữa chúng ta, ngươi sẽ không bao giờ được kể bất cứ điều gì ngươi thấy ta làm hoặc bất cứ điều gì về ta cho bất kỳ ai trên trái đất này. Ngày nào ngươi phá vỡ giao ước này, ngươi sẽ mất đi chính mình." Có nghĩa là ngày nào tôi phá vỡ giao ước này, tôi sẽ bị giết.

(Lời khuyên mục vụ: Đoạn Kinh Thánh này gây xúc động mạnh. Nếu bạn đang đọc và cảm thấy bàng hoàng hoặc đau buồn, hãy dừng lại và cầu nguyện theo Thi Thiên 91; Phi-líp 4:7. Nỗi đau thương sẽ nhường chỗ cho sự bình an của Chúa Kitô.)

Sau sự việc này, tôi bắt đầu có những cảm giác kỳ lạ trong lòng. Tôi đã thay đổi và không còn kiểm soát được bản thân nữa. Một lời cảnh báo dành cho các bà mẹ. Các bạn có biết người giúp việc nhà mình như thế nào không? Họ có lai lịch ra sao? Các bạn có quan tâm đến việc tìm hiểu tất cả mọi thứ về họ trước khi giao phó tính mạng của con cái mình cho họ không? Các bạn có thể hỏi, Alice đã lấy đâu ra đứa trẻ mà cô ta đã giết hại ? Vì vậy, các bậc phụ huynh, hãy tìm hiểu lai lịch của người giúp việc nhà mình.

(Ghi chú dành cho người chăn chiên: Hãy chăm sóc thú y; duy trì trách nhiệm; cầu nguyện cho gia đình mỗi ngày. Gióp 1:5; Thi thiên 127:1.)

Khi Alice thấy rằng cô ấy đã thành công trong việc lôi kéo tôi hoàn toàn vào thế giới tâm linh và tôi đang tiến bộ nhanh chóng trong đó, cô ấy hài lòng và biết rằng nhiệm vụ của mình đã hoàn thành. Cô ấy tìm cho tôi một căn hộ, giúp tôi sắm sửa đồ đạc và sau đó chấm dứt mối quan hệ.

(Chiến thuật: Sau khi khống chế được đối tượng, những kẻ cầm đầu thường "thả" người đó ra để mở rộng tầm ảnh hưởng ở những nơi khác.)

Giao ước ở Ấn Độ:

Hội ở Delhi, Ấn Độ đã gửi cho tôi bức thư thứ hai yêu cầu tôi đến Ấn Độ. Trong đó, tôi cũng được hướng dẫn làm những điều sau: "Ăn phân, ăn chuột thối rữa bốc mùi, và quan hệ tình dục với linh hồn trong nghĩa địa vào ban đêm." Sau khi hoàn thành những điều trên, tôi bị ràng buộc không bao giờ được quan hệ tình dục với bất kỳ người phụ nữ nào trên trái đất. Tôi đã gửi thư trả lời họ, thông báo rằng tôi không có visa cũng như không biết làm thế nào để đến Ấn Độ. Vào thời điểm đó , tôi đã bắt đầu làm 'kinh doanh'. Tôi là một kẻ buôn lậu khét tiếng, nhưng nhờ những thế lực đứng sau lưng mình, tôi không gặp rắc rối gì với hải quan, v.v.

(Nghi lễ hạ thấp: Các giao ước với ma quỷ thường đòi hỏi những hành vi xúc phạm để làm biến dạng hình ảnh của Đức Chúa Trời trong con người và cắt đứt tình cảm tự nhiên. Rô-ma 1:24–28.)

Tôi bắt đầu có rất nhiều tiền, thức ăn và vật dụng không còn khan hiếm nữa. Một ngày nọ, tôi khóa cửa căn hộ và đi ra ngoài; khi trở về, tôi mở cửa và thấy một người đàn ông đang ngồi trong phòng khách. Tôi sợ hãi. Ông ta nói: "Anh không phải là Emmanuel Amos sao?" Tôi nói đúng vậy. Ông ta nói: "Tôi được phái đến để đón anh sang Ấn Độ, vậy nên hãy chuẩn bị đi." Tôi khóa cửa khắp nơi, đi đến ngồi cạnh ông ta trên chiếc đệm, sẵn sàng cho mệnh lệnh tiếp theo. Nhưng như một tia chớp, ông ta chạm vào tôi và chúng tôi biến mất.

Nơi tiếp theo tôi thấy mình là trong một hội trường lớn ở Delhi, Ấn Độ, với một đám đông lớn đã ngồi sẵn và chờ đón chúng tôi. Họ mang ra những tập hồ sơ đã được viết sẵn tên tôi và yêu cầu tôi ký tên bên cạnh. Tôi đã làm vậy. Một cái khay đựng thịt người, bị cắt thành từng miếng, cùng với một chậu máu được mang đến. Mỗi người được đưa một chiếc bình rỗng, sau đó một người đàn ông không đầu đi vòng quanh đổ máu và thịt vào các bình. Nhiều loại nến và hương cũng được đốt. Người đàn ông không đầu niệm vài câu thần chú và mọi người uống máu và ăn thịt, rồi buổi họp kết thúc.

(Lưu ý: Lễ Tiệc Thánh giả mạo—các nghi lễ dùng máu/thịt nhại lại Bữa Tiệc Thánh của Chúa, ràng buộc những người thờ phượng với "bàn tiệc" của ma quỷ. 1 Cô-rinh-tô 10:20–21.)

Những Lễ Nhập Môn ở Ấn Độ

Giờ đây, thời kỳ thử thách của tôi đã đến. Tôi được đưa đến một thung lũng sâu khoảng 200 mét . Trong đó có đủ loại bò sát nguy hiểm và thú hoang. Chúng sẽ hành hạ tôi. Tôi không được la hét, vì nếu tôi làm vậy, tôi sẽ trượt kỳ thi và hậu quả là TỬ THẦN. Sau bảy ngày đau đớn , tôi được đưa ra ngoài và gửi đến một nơi gọi là 'RỪNG ẤN ĐỘ'.

Trong khu rừng này, tôi thấy nhiều loại chim ma quỷ khác nhau; ma quỷ vì một số có mặt giống chó, một số giống mèo, v.v. Nhưng lại có cánh. Bên trong khu rừng này có một hang động, và hang động này chỉ được mở bởi những con chim ma quỷ đó. Chúng mở hang động và tôi đi vào bên trong. Những điều tôi thấy rất khó diễn tả. Có những sinh vật khủng khiếp, một số trông giống con người nhưng có đuôi và không có mặt người, v.v. Đây là một nơi tra tấn khác. Sự tra tấn ở đó có thể được mô tả tốt nhất là bán địa ngục. Tôi ở trong tình trạng đó trong 7 ngày và sau đó được đưa ra ngoài. Tôi được gửi đến một thư viện rất lớn chứa nhiều sách huyền bí để nghiên cứu. Sau đó, tôi chọn hai cuốn sách: Abbysinia , có nghĩa là sự hủy diệt, và Assina , có nghĩa là ban sự sống hoặc chữa lành. Sau này tôi được cho thêm nhiều sách nữa. Tôi được hướng dẫn phải xây một căn phòng ngay khi trở về Nigeria với những thứ sau đây bên trong: “Một chiếc bình nước truyền thống chứa đầy máu người, một cây sống bên trong, một hộp sọ người, lông kền kền, da thú rừng, da trăn và một viên đất sét đỏ bóng loáng lớn bên cạnh bình.” Máu trong bình nước phải được uống mỗi sáng cùng với một câu thần chú. Tôi cũng được hướng dẫn không bao giờ được ăn bất kỳ thức ăn nào do CON NGƯỜI nấu mà phải được nuôi dưỡng bằng sức mạnh siêu nhiên. Với tất cả những chỉ dẫn này, tôi trở lại Nigeria theo cách cũ và hoàn thành tất cả.

(Nhận xét: Các thư viện kiến thức huyền bí = hệ thống đào tạo môn đồ cho bóng tối. Thuốc giải của Chúa là Lời và Thánh Linh (Hê-bơ-rơ 4:12; Giăng 16:13).)

Trở về Nigeria,

tôi đã trở thành một phần không thể thiếu của thế giới tâm linh và có thể tự do đi đến bất kỳ nơi nào trên thế giới. Theo những cuốn sách tôi mang theo, các linh hồn đang sống trong không gian. Có lẽ chúng sẽ tăng cường sức mạnh cho tôi, vì vậy tôi quyết định thử. Tôi bước ra khỏi nhà, niệm vài câu thần chú, gọi cơn lốc xoáy và biến mất. Tôi thấy mình đang ở trong không gian và nhìn thấy những linh hồn này. "Ngươi muốn gì?", chúng hỏi; tôi nói với chúng rằng tôi muốn có sức mạnh. Tôi trở lại trái đất sau hai tuần, sau khi đã nhận được sức mạnh từ chúng. Như tôi đã nói trước đó, tôi không còn kiểm soát được bản thân nữa. Mặc dù đã nhận được rất nhiều sức mạnh, tôi vẫn cần nhiều sức mạnh hơn nữa! Sau đó, tôi quyết định đi xuống địa ngục để chứng minh những gì đã được viết trong những cuốn sách được đưa cho tôi. Một ngày nọ, tôi đến một nơi ẩn náu trong bụi rậm, niệm vài câu thần chú như đã ghi trong sách và ra lệnh cho mặt đất nứt ra. Mặt đất nứt ra và những con quỷ lập tức tạo ra những bậc thang. Tôi bước vào và đi thẳng xuống lòng đất. Có một bóng tối hoàn toàn chỉ có thể so sánh với một trong những tai họa đã xảy ra ở Ai Cập được ghi lại trong Kinh Thánh. Tôi đã chứng kiến rất nhiều điều khó giải thích. Tôi thấy người bị xiềng xích, người bị bóc lột sức lao động – nhiệm vụ của họ là làm việc ngày đêm để cung cấp tiền cho những kẻ giam giữ. Tôi thấy một số thành viên thuộc tầng lớp thượng lưu đến để thực hiện các nghi lễ hiến tế và trở về thế gian với những món quà được ban tặng bởi các linh hồn cai quản nơi đó. Tôi thấy một số lãnh đạo nhà thờ đến để nhận quyền năng, quyền năng để nói những điều được chấp nhận mà không cần chất vấn trong nhà thờ. Tôi ở lại hai tuần và trở về sau khi nhận được thêm nhiều quyền năng. Mọi người nhìn tôi như một người trẻ tuổi và ngây thơ nhưng không hề biết tôi nguy hiểm. Có rất nhiều người như vậy xung quanh; chỉ những người ở trong Chúa Giê-su Christ mới thực sự an toàn.

(Một sự thật đáng suy ngẫm: Ngay cả những người lãnh đạo tôn giáo cũng có thể bị cám dỗ bởi quyền lực. Dấu hiệu thực sự của người tôi tớ Chúa là sự khiêm nhường, thánh thiện và bông trái của Thánh Linh. Ma-thi-ơ 7:15–23.)

Giao Ước với Nữ Hoàng Bờ Biển

Một buổi tối nọ, tôi quyết định đi dạo. Tại trạm xe buýt Ebute Metta, tôi thấy một cô gái trẻ xinh đẹp đang đứng đó. Tôi không hề nói chuyện với cô ấy. Ngày hôm sau, khi đi ngang qua, tôi vẫn thấy cô ấy ở cùng một chỗ. Ngày thứ ba, tôi vẫn thấy cô ấy ở đó và khi đi ngang qua, cô ấy gọi tôi lại. Tôi dừng lại và tự giới thiệu mình là Emmanuel Amos nhưng cô ấy không chịu giới thiệu. Tôi hỏi tên và địa chỉ của cô ấy nhưng cô ấy chỉ cười. Cô ấy hỏi tên tôi và tôi chỉ nói tên đường. Khi tôi chuẩn bị rời đi, cô ấy nói sẽ đến thăm tôi một ngày nào đó. Trong đầu tôi nghĩ, điều đó là không thể, tôi đâu có cho cô ấy số nhà, vậy làm sao cô ấy có thể đến được. Nhưng đúng như lời cô ấy nói, một tuần sau cuộc gặp gỡ ở trạm xe buýt, tôi nghe thấy tiếng gõ cửa. Cô ấy ở đó, người phụ nữ bí ẩn! Tôi chào đón cô ấy trong lòng. (Tôi tự hỏi người phụ nữ xinh đẹp này là ai, và liệu cô ấy có biết mình đang bước vào vùng đất nguy hiểm không?) Tôi tiếp chuyện với cô ấy và cô ấy rời đi. Sau lần gặp đầu tiên, những lần cô ấy đến thăm trở nên thường xuyên hơn mà không có bất kỳ mối quan hệ nào. Tôi nhận thấy rằng trong mỗi lần đến, cô ấy đều đến đúng giờ, không sớm hơn hay muộn hơn một phút nào! Trong một số lần cô ấy đến, tôi đưa cô ấy đến nhà hàng Lagos Barbeach , hoặc đến khách sạn Paramount hay Ambassador, v.v. Suốt thời gian đó , cô ấy vẫn không nói cho tôi biết tên mình. Tôi quyết định không lo lắng vì tôi biết mối quan hệ sẽ không phát triển hơn thế. Tôi đã được dặn dò không bao giờ được động chạm đến phụ nữ.

Bỗng nhiên, cô ấy chuyển từ những lần đến thăm ban ngày sang ban đêm. Trong một lần đến thăm, cô ấy nói với tôi: "Giờ đến lượt anh đến thăm em rồi." Chúng tôi ở cùng nhau đêm đó và lúc 8 giờ sáng hôm sau, chúng tôi rời đi. Chúng tôi lên một chiếc xe buýt và cô ấy bảo tài xế dừng lại ở nhà hàng Barbeach . Khi xe dừng lại, tôi hỏi cô ấy: "Chúng ta đi đâu vậy?" Cô ấy nói: "Đừng lo, anh sẽ đến nhà em." Cô ấy dẫn tôi đến một góc của nhà hàng Barbeach , dùng một vật gì đó giống như thắt lưng buộc quanh người chúng tôi và ngay lập tức một lực từ phía sau đẩy chúng tôi xuống biển. Chúng tôi bắt đầu bay trên mặt nước và thẳng ra đại dương. Thưa quý độc giả, những điều này đã xảy ra với hình hài vật chất của tôi! Đến một lúc nào đó, chúng tôi chìm xuống đáy biển và thật ngạc nhiên, tôi thấy mình đang đi bộ dọc theo một đường cao tốc. Chúng tôi tiến vào một thành phố đông đúc người và tất cả đều rất bận rộn.

(Ghi chú về thế giới biển: Các lời chứng từ nhiều vùng khác nhau mô tả các thành phố và giao ước được tổ chức dưới nước. Kinh Thánh thừa nhận các thế lực lãnh thổ (Ê-xê-chi-ên 29:3; Mác 5:10).)

Trong Thế Giới Linh Hồn

, tôi thấy những phòng thí nghiệm, như phòng thí nghiệm khoa học, phòng thí nghiệm thiết kế và một nhà hát. Phía sau thành phố, tôi thấy những cô gái trẻ đẹp và những chàng trai trẻ điển trai. Không có người già. Bà ấy giới thiệu tôi với họ và tôi được chào đón. Bà ấy đưa tôi đến những nơi như "phòng tối", "phòng sấy" và "phòng đóng gói". Sau đó, bà ấy đưa tôi đến một nhà máy và nhà kho chính rồi đến dinh thự riêng của bà ấy. Ở đó, bà ấy cho tôi ngồi và nói: "Ta là nữ hoàng của vùng biển này và rất muốn được làm việc với ngươi. Ta hứa sẽ ban cho ngươi sự giàu có và tất cả những gì đi kèm với nó, sự bảo vệ và tất cả những gì đi kèm với nó, sự sống và một 'thiên thần' để dẫn đường cho ngươi." Bà ấy nhấn một nút và một cái khay đựng thịt người (cắt thành từng miếng) xuất hiện và chúng tôi cùng nhau ăn. Bà ấy ra lệnh cho một con trăn xuất hiện và yêu cầu tôi nuốt nó. Tôi không thể. Bà ấy khăng khăng nhưng tôi không thể, làm sao tôi có thể nuốt một con trăn còn sống. Sau đó, bà ấy dùng sức mạnh của mình và tôi đã nuốt nó. Đây là ba giao ước: Thân xác con người, con trăn và thiên thần ma quỷ luôn ở đó để đảm bảo không bí mật nào bị tiết lộ. Nhưng 'thiên thần' được trao quyền trừng phạt tôi nếu tôi lạc lối và cũng để mang thức ăn từ biển đến cho tôi bất cứ khi nào tôi ở trên trái đất. Tôi hứa sẽ luôn vâng lời cô ấy. Sau lời hứa này, cô ấy đưa tôi đến một vùng biển khác, lần này là một hòn đảo. Ở đó có những cây cối và mỗi cây đều có những nhiệm vụ khác nhau:

- cây gây ngộ độc, - cây dùng để giết chóc, - cây để gọi hàm, và - Cây thuốc chữa bệnh. Cô ấy ban cho tôi khả năng biến hình thành đủ loại động vật biển như hà mã, trăn và cá sấu, rồi sau đó biến mất. Tôi ở dưới biển một tuần và bằng một trong những cách (biến hình thành cá sấu) đã đề cập ở trên, tôi đã trở lại thế giới.

(Lưu ý: "Thiên sứ" giả mạo thi hành giao ước (2 Cô-rinh-tô 11:14). Các thiên sứ của Chúa Kitô mang đến sự cứu rỗi và bảo vệ, chứ không bao giờ là sự nô lệ (Hê-bơ-rơ 1:14).)

thí

nghiệm khoa học để xem chuyện gì đang xảy ra. Tôi thấy các bác sĩ tâm thần và các nhà khoa học đều làm việc rất nghiêm túc. Công việc của những nhà khoa học này là thiết kế những thứ đẹp đẽ như xe hơi hào nhoáng, vũ khí hiện đại nhất, và tìm hiểu bí ẩn của thế giới này. Nếu có thể biết được trụ cột của thế giới thì họ đã biết rồi, nhưng tạ ơn Chúa, CHỈ CÓ CHÚA MỚI BIẾT.

Tôi đi vào phòng thiết kế và ở đó tôi thấy nhiều mẫu vải, nước hoa và các loại mỹ phẩm khác nhau. Theo Lucifer, tất cả những thứ này là để đánh lạc hướng sự chú ý của con người khỏi Đức Chúa Trời Toàn Năng. Tôi cũng thấy nhiều thiết kế khác nhau của thiết bị điện tử, máy tính và hệ thống báo động. Cũng có một chiếc TV, từ đó họ biết được những người là tín đồ Cơ Đốc tái sinh trên thế giới. Ở đó, bạn có thể thấy và phân biệt được những người đi nhà thờ và những người là tín đồ Cơ Đốc thực sự.

Sau đó, tôi rời khỏi phòng thí nghiệm đến "phòng tối" và "phòng sấy". Phòng tối là nơi họ giết bất kỳ thành viên nào không vâng lời. Họ giết người bằng cách đầu tiên hút cạn máu của nạn nhân, sau đó đưa người đó đến phòng máy để nghiền thành bột, rồi đưa bụi đó đến "phòng bao tải", nơi họ sẽ đóng bao và giữ để các thầy lang bản địa thu thập làm bùa chú. Còn nhiều điều khác nữa khó mà diễn tả bằng lời. Mặc dù sở hữu nhiều sức mạnh như vậy, tôi vẫn chưa đủ tư cách để gặp Lucifer mà chỉ đủ tư cách làm người đại diện của hắn. Dù sao đi nữa, tôi vẫn hài lòng vì giờ đây mình đã có sức mạnh và có thể đối mặt, thách thức và phá hủy mọi thứ theo ý muốn. Liệu có còn sức mạnh nào khác ở đâu đó không, tôi tự hỏi trong đầu.

(Lời kết cho chương này: Nỗi ám ảnh về "quyền lực nhiều hơn" là một vòng xoáy bóng tối không hồi kết. Chỉ có sự quy phục trước Chúa Kitô mới phá vỡ được vòng xoáy đó. Ma-thi-ơ 11:28–30.)

Chìa khóa giải thoát từ Chương 2

- Những lời đề nghị của địa ngục leo thang từ *giúp đỡ* đến *kinh hoàng* ; cái giá phải trả luôn là máu.

- Các giao ước bằng văn bản/bằng máu và các nghi lễ nhập môn là **những cánh cửa pháp lý** —nhưng thập tự giá của Chúa Kitô xóa bỏ hồ sơ chống lại chúng ta (Cô-lô-si 2:14–15).
- Các cấu trúc thuộc địa/thế giới ngầm là có thật trong cuộc chiến tâm linh, nhưng **mọi danh xưng đều quy phục Chúa Giê-su** (Phi-líp 2:9-11).
- Lời khuyên cho gia đình: sự bí mật, hăm dọa, giàu có bất ngờ và các nghi lễ ban đêm là những dấu hiệu nguy hiểm — **hãy cầu nguyện** và tìm kiếm lời khuyên khôn ngoan.

Lời cầu nguyện từ bỏ và che chở

LẠY CHÚA GIÊ-SU KI-tô, con từ bỏ mọi giao ước, lời thề hay nghi lễ nào do con hoặc thay mặt con lập với bóng tối. Nhờ huyết của Ngài, xin xóa sạch mọi lời chống lại con. Con đoạn tuyệt với thế giới ngầm, địa ngục và cõi astral. Con đón nhận Thánh Linh làm con nuôi, sự bình an và sự bảo vệ của Ngài trên con và gia đình con. Nhân danh Ngài, con đóng mọi cánh cửa ma quỷ và mở lòng mình cho sự cai trị duy nhất của Ngài. Amen.

Chương 3: Triều đại độc ác

(Bài tường thuật gốc của Mục sư Emmanuel Amos Eni • Lời bình ngắn gọn của Đại sứ Monday O. Ogbe)

Cho họ được sống và được sống dồi dào hơn." — **Giăng 10:10**
(Suy ngẫm: Mỗi hành động được mô tả ở đây đều phản ánh câu Kinh Thánh đó — khuôn mẫu của Sa-tan là trộm cắp, cái chết và sự hủy diệt; sứ mệnh đối lập của Chúa Kitô là sự sống dồi dào.)

Nhiệm vụ đầu tiên — Máu trả máu

SAU KHI TRỞ VỀ LAGOS, tôi tiếp tục công việc kinh doanh của mình và sau hai tuần thì lại ra khơi. Nữ hoàng biển cả giao cho tôi cái mà bà gọi là "nhiệm vụ đầu tiên". Tôi phải về làng và giết chú tôi, một thầy lang quyền lực và có thế lực, người mà theo lời bà, là nguyên nhân gây ra cái chết của cha mẹ tôi.

Tôi vâng lời và đi nhưng vì chưa từng giết người bao giờ, tôi không đủ can đảm để giết ông ta, thay vào đó tôi đã phá hủy thuốc men của ông ta và khiến ông ta mất hết khả năng hành động. Kết quả là ông ta mất hết khách hàng cho đến tận bây giờ. Tôi quay lại để giao bài báo cáo nhưng bà ấy rất tức giận với tôi. Bà ấy nói hậu quả của việc không tuân lệnh bà ấy là tử hình, nhưng vì yêu thương tôi nên bà ấy sẽ sai tôi quay lại làng đó để giết hai trưởng lão mà bà ấy nói đã giúp sức trong việc giết cha mẹ tôi. Tôi không biết liệu đây có phải là hình phạt vì tội không vâng lời bà ấy hay không.

Tuy nhiên, tôi đã vâng lời và quay trở lại làng, "tìm cách" giết chết những người đàn ông đó rồi gửi máu của họ cho bà ta.

(Lời bình: Kẻ thù luôn luôn leo thang tội lỗi—một khi bạn khuất phục, hắn sẽ đòi hỏi nhiều hơn. Rô-ma 6:16 .)

Do những tình tiết bí ẩn xung quanh cái chết của họ, các trưởng lão trong làng đã đến hỏi một thầy lang bản địa quyền năng khác, người thường dùng sấm sét để điều tra kẻ giết người. Thật không may cho những người này, tôi đã gặp thầy lang bản địa đó ở cõi linh hồn, nơi ông ta đang tham khảo ý kiến các linh hồn, và cảnh báo ông ta đừng nói gì nếu muốn giữ mạng sống. Ông ta hiện hồn và bảo các trưởng lão hãy về nhà và cầu xin một trong những người con trai mà họ đã xúc phạm, và đừng bao giờ nhắc đến tên tôi. Tia sét ông ta phái đi đã quay trở lại và đánh trúng giữa họ, giết chết một số người và làm nhiều người bị thương.

Sau hành động đầu tiên này, những sức mạnh tiềm ẩn trong tôi bắt đầu bộc lộ. Tôi sẽ làm biến dạng một cô gái nếu cô ấy từ chối tình bạn của tôi, v.v.

(Suy ngẫm: Mọi "quyền lực" bên ngoài Chúa Kitô đều trở thành điều ác không thể kiểm soát; xem Lu-ca 9:55 .)

Cuộc gặp gỡ của tôi với Satan

SAU ĐÓ TÔI QUAY LẠI Lagos. Một ngày nọ, một cô gái tên **NINA** đến gặp tôi. NINA, có cha mẹ đến từ bang Anambra, là một cô gái trẻ rất xinh đẹp nhưng sống chủ yếu ở biển, tức là thế giới linh hồn dưới nước. Cô ta là một tay sai trung thành của Nữ hoàng Biển cả và rất độc ác. Cô ta căm ghét người Kitô giáo đến tận xương tủy và sẽ làm mọi cách để chống lại Kitô giáo. Tôi gặp cô ta lần đầu tiên trong chuyến thăm biển của mình. NINA đến để thực hiện một nhiệm vụ được Nữ hoàng Biển cả giao phó.

Chúng tôi lập tức rời đi và khi đến nơi, tôi mới biết chúng tôi có cuộc họp với **Lucifer** .

Trong cuộc gặp gỡ này, Sa-tan đã đưa ra chỉ thị sau: hãy chiến đấu chống lại những người tin chứ không phải những người không tin, bởi vì những người không tin vốn dĩ đã thuộc về hắn rồi.

Khi ông ấy nói điều này, một người trong chúng tôi hỏi: "Tại sao?" Ông ấy nói lý do là vì Chúa đã đuổi ông ấy ra khỏi "nơi đó" (ông ấy từ chối gọi nơi đó là *Thiên đường* và trong suốt những lần gặp gỡ với ông ấy, ông ấy chưa bao giờ nhắc đến từ *Thiên đường*). Thay vào đó, ông ấy luôn dùng từ " *nơi đó*" vì lòng thù hận.

Ông ta nói rằng mình bị đuổi khỏi đó vì kiêu ngạo, và vì vậy ông ta không muốn bất kỳ người Kitô hữu nào được lên đó (Thiên đường).

Ông ấy cũng nói với chúng tôi rằng chúng ta không nên chống lại những kẻ đạo đức giả. "Họ cũng giống như tôi," ông ấy nói. Ông ấy tiếp tục: "Chúng ta chỉ nên chống lại những người Kitô hữu chân chính. Thời của tôi sắp đến, vì vậy chúng ta nên chiến đấu quyết liệt hơn bao giờ hết và đảm bảo không ai được phép bước vào nơi đó."

(Lưu ý: Địa ngục sợ những môn đồ chân chính, chứ không phải những tín đồ trên danh nghĩa — Gia-cơ 2:19 ; Công vụ 19:15.)

Một người trong chúng tôi nói với hắn: "Chúng tôi nghe nói rằng Đức Chúa Trời đã phái người đến để giải cứu nhân loại trở về với Ngài."

Sa-tan hỏi: "Đó là ai?" Một thành viên trả lời: "Giê-su", và trước sự ngạc nhiên tột độ của chúng tôi, **Lucifer ngã khỏi ghế.**

Ông ta quát vào mặt người đàn ông kia và cảnh cáo anh ta không bao giờ được nhắc đến cái tên đó trong bất kỳ cuộc họp nào của chúng ta nếu muốn giữ mạng sống.

Emmanuel viết: "Quả thật, khi nhắc đến Danh Chúa Giê-su, mọi đầu gối đều phải quỳ xuống (Phi-líp 2:10), kể cả Sa-tan."

Sau sự việc đó, ông ấy động viên chúng tôi và bảo chúng tôi đừng bận tâm đến "những người theo đạo Cơ đốc", rằng Lucifer sẽ sớm đến cai trị thế giới và sẽ ban cho chúng tôi, những tay sai của ông ấy, một nơi tốt đẹp hơn để chúng tôi không phải chịu khổ cùng với phần còn lại của thế giới và ông ấy sẽ phong chúng tôi làm người cai trị.

Ông tiếp tục nói rằng vì con người thích những thứ hào nhoáng và phù phiếm, nên ông sẽ tiếp tục sản xuất những thứ đó và đảm bảo rằng con người không có thời gian dành cho Chúa, và ông sẽ sử dụng những điều sau đây để phá hủy Giáo hội:

1. Tiền bạc
2. Sự giàu có
3. Phụ nữ

Cuối bài phát biểu, ông ấy giải tán cuộc họp. Đây là lần đầu tiên tôi gặp Satan. Sau đó, ông ấy còn gặp thêm nhiều người khác nữa.

(Suy ngẫm: Ba thứ vũ khí này — vàng bạc, danh vọng và phụ nữ — vẫn đang hủy hoại các chức vụ ngày nay. Xem 1 Giăng 2: 15-17.)

Lực lượng tăng viện của Nữ hoàng

KHI CHÚNG TÔI RỜI ĐI, Nữ hoàng Bờ biển, người giờ đây xuất hiện dưới nhiều hình dạng khác nhau, đã mời tôi đến dinh thự của bà. Bà đã cấy tro cốt người cùng những thứ khác vào xương hai chân tôi, một viên đá (không phải đá bình thường) vào ngón tay tôi và một thứ khác nữa vào xương bàn tay phải của tôi.

Mỗi thứ đều có nhiệm vụ riêng của nó.

- Viên đá trên ngón tay tôi có tác dụng thấu hiểu suy nghĩ của bất kỳ ai chống lại tôi.
- Vũ khí trong tay phải tôi có sức mạnh giúp tôi hủy diệt.
- Những thiết bị cấy ghép ở chân giúp tôi trở nên cứng rắn và nguy hiểm hơn, đồng thời cho phép tôi biến hình thành phụ nữ, thú vật, chim, mèo, v.v.

Cô ấy dẫn tôi đến một trong những phòng thí nghiệm và đưa cho tôi một chiếc kính thiên văn, một chiếc TV và một máy quay video — không phải loại thông thường — để phát hiện những người theo đạo Cơ đốc tái sinh và những người chỉ đơn thuần đi lễ nhà thờ.

Cuối cùng, bà ta đưa cho tôi mười sáu cô gái để làm người đại diện. Nina là một trong số đó. Tôi trở về Lagos với những "món quà" này trong tay.

(Lời bình: Những thủ đoạn phân biệt giả mạo—sự xuyên tạc của Sa-tan đối với ơn phân biệt của Đức Thánh Linh (1 Cô-rinh-tô 12:10).)

Biến thành tay sai của Satan

TÔI KHÔNG CÒN CHÚT tình cảm hay lòng thương xót nào trong tim nữa. Tôi lập tức ra tay và phá hủy năm căn nhà song lập cùng một lúc. Tất cả đều chìm xuống lòng đất cùng với những người bên trong. Việc này xảy ra ở Lagos vào tháng 8 năm 1982. Nhà thầu phải chịu trách nhiệm vì không xây dựng nền móng tốt và đã phải trả giá đắt.

Rất nhiều sự tàn phá đang xảy ra trên thế giới ngày nay không phải do con người gây ra. Nhiệm vụ của ma quỷ là đánh cắp, giết hại và hủy diệt. Tôi nhắc lại, **Sa-tan không có món quà nào là miễn phí.**

(Chân lý quan trọng: Mọi lợi ích tưởng chừng như có được từ bóng tối đều kết thúc bằng bi kịch.)

Nhắm mục tiêu vào những người tin tưởng

TÔI BẮT ĐẦU GÂY RA tai nạn trên đường sá, v.v. Một trường hợp tôi muốn đề cập là về một người trẻ mới cải đạo, người này đi khắp nơi làm chứng về sự cứu rỗi và giải thoát của mình. Anh ta đã gây ra rất nhiều tổn hại trong thế giới tâm linh vì điều này, vì vậy tôi đã lên kế hoạch gây ra một vụ tai nạn cho anh ta.

Một ngày nọ, anh ấy đang trên một chiếc xe buýt hạng sang đến Lagos để làm chứng. Vì xe đang chạy với tốc độ cao, tôi đã đánh lái đột ngột ra khỏi đường và nó đâm vào một cái cây. Tất cả hành khách đều thiệt mạng ngoại trừ người thanh niên cải đạo này.

Việc anh ta thoát chết thật kỳ diệu vì anh ta chui ra khỏi xe qua cốp sau và hét lên: "Tôi an toàn! Tôi an toàn!" Chúng tôi đã cố gắng ngăn anh ta làm chứng nhưng không thành công.

(Bài học: Lời chứng là chiến trận — Khải Huyền 12:11 .)

Qua truyền hình, chúng ta sẽ biết đến một người vừa mới ăn năn hối cải và sẽ theo đuổi người đó một cách nghiêm túc để xem liệu có thể khiến người đó tái phạm hay không. Nếu sau sáu tháng mà không thành công, chúng ta sẽ can thiệp vào công việc kinh doanh của người đó và khiến nó phá sản. Nếu người đó là công chức, chúng ta sẽ đàn áp người đó thông qua cấp trên, và nếu có thể , khiến cấp trên sa thải người đó. Nếu sau tất cả những điều này mà người đó vẫn không chịu tái phạm thì chúng ta sẽ bỏ mặc người đó. Nhưng nếu người đó tái phạm, chúng ta sẽ giết người đó để đảm bảo người đó không có cơ hội thứ hai để ăn năn.

(Nhắc nhở: Kiên định sau khi cải đạo sẽ phá vỡ vòng luẩn quẩn của địa ngục — Ê-phê-sô 6:13 .)

Chủ tịch của Wizards

TÔI ĐÃ HỦY HOẠI CUỘC sống của nhiều người đến mức Lucifer rất hài lòng và phong tôi làm chủ tịch hội phù thủy.

Một tháng sau khi tôi nhậm chức chủ tịch, một cuộc họp được triệu tập. Chúng tôi tham dự cuộc họp đó với tư cách là chim, mèo và rắn. Những sinh vật này được sử dụng vì những lý do sau:

1. Việc biến hình thành chim khiến các pháp sư trở nên nguy hiểm hơn.
2. Việc tìm đến mèo cho phép họ tiếp cận cả thế giới tâm linh và con người.
3. Việc biến hình thành chuột giúp chúng dễ dàng xâm nhập vào nhà, sau đó ban đêm biến thành bóng ma, rồi lại biến thành người và hút máu nạn nhân.

Trong cuộc họp này, chúng tôi chỉ có một mục duy nhất trong chương trình nghị sự: **"Những người theo đạo Cơ đốc".**

Sau đó, chúng tôi lên kế hoạch tổ chức một hội nghị phù thủy châu Phi tại thành phố Benin vào năm 1983. Chúng tôi đã đăng tải thông tin này trên tất cả các nhật báo và các phương tiện truyền thông đại chúng. Tất cả các thế lực bóng tối đều được huy động và chúng tôi tin chắc rằng không gì có thể làm gián đoạn cuộc họp này.

Đột nhiên, **những người Kitô hữu ở Nigeria bắt đầu cầu nguyện và ngợi khen Đức Chúa Trời của họ** , và tất cả kế hoạch của chúng tôi đều tan vỡ. Không chỉ tan vỡ, mà còn có sự hỗn loạn thực sự trong vương quốc bóng tối.

Do đó, hội nghị phù thủy và pháp sư không thể được tổ chức tại Nigeria.

Người Kitô hữu nên lưu ý rằng ngay khi họ thành tâm ca ngợi Đức Chúa Trời Toàn Năng, sẽ có rắc rối và hỗn loạn cả trên biển lẫn trên không, và các tay sai của Sa-tan sẽ không có nơi nương náu. Cầu nguyện giống như ném một quả bom hẹn giờ vào giữa chúng ta và mọi người sẽ phải chạy trốn để bảo toàn mạng sống.

Nếu người Kitô hữu nhận ra và sử dụng quyền năng và thẩm quyền mà Chúa đã ban cho họ, họ sẽ kiểm soát được công việc của quốc gia mình! Chỉ có người Kitô hữu mới có thể cứu quốc gia chúng ta.

(Chìa khóa đức tin: Sự ngợi khen tập thể là một vũ khí — 2 Sử ký 20: 21-22; Công vụ 16:25-26.)

Sau thất bại của hội nghị

SAU THẤT BẠI CỦA HỘI nghị này, được tổ chức sau đó ở Nam Phi, tôi được gọi trở lại biển. Khi đến nơi, tôi được thông báo rằng từ giây phút đó, tôi sẽ coi biển là nhà của mình và chỉ đến thế giới này khi có những nhiệm vụ khó khăn.

Tôi được giao một nhiệm vụ mới: chế tạo bùa chú cho các thầy lang bản địa, phụ trách phòng điều khiển và phân phát quà tặng, tức là khai trương các nhà thờ áo trắng (nhà nguyện), mở các viện dưỡng lão, mở cửa hàng và làm cho chúng thịnh vượng, tặng "con cái" và tiền bạc.

Những điều này sẽ được giải thích lần lượt:

1. Khai trương các nhà thờ mặc áo trắng

KHI MỘT NGƯỜI ĐÀN ÔNG đến tìm chúng tôi để nhờ giúp đỡ xây dựng nhà cầu nguyện và thực hiện các nghi lễ chữa bệnh, v.v., anh ta sẽ phải tuân thủ một số điều kiện sau:

a) Anh ta đồng ý hiến tặng cho chúng tôi một hoặc hai linh hồn mỗi năm. b) Ở một cấp bậc nhất định trong nhà thờ, người đó sẽ được gia nhập hội của chúng tôi. c) Không thành viên nào được phép vào nhà cầu nguyện khi đang mang giày.

Khi chấp nhận những điều kiện này, anh ta sẽ được trao một thứ gì đó giống như sỏi trắng, xương người, máu và bùa chú, tất cả đựng trong một chiếc bình gốm thổ dân. Anh ta sẽ được hướng dẫn chôn chiếc bình này cùng toàn bộ nội dung bên trong trước nhà thờ và chôn cây thánh giá lên trên. Sau khi chôn cất, chỉ có cây thánh giá mới được nhìn thấy.

Người ta sẽ khuyên ông ấy nên xây một cái bể hoặc giữ một cái chậu để các linh hồn tiếp tục cung cấp nước đặc biệt. Loại nước này chính là thứ mà người ta gọi là "**nước thánh**".

Nhiều người khi bị quỷ ám thường tìm đến những "tiên tri" này để nhờ họ đuổi quỷ. Sự thật là, họ chỉ khiến quỷ dữ thêm nhiều hơn mà thôi. Quỷ không thể đuổi quỷ (Lu-ca 11: 17-19).

Điều mà vị tiên tri sẽ làm là cầu nguyện và đưa cho tín đồ một tấm vải đỏ để giữ ở nhà, khuyên họ cầu nguyện với nến và hương trầm—như vậy sẽ mời gọi ma quỷ.

Đôi khi, người ta sẽ yêu cầu tín đồ mang một con dê đến để tế lễ. Những lễ vật tế này là để chúng ta đến và "giúp" chữa lành cho người đàn ông đó. Nhà tiên tri không có quyền năng chữa bệnh.

(Phân biệt: Sự giải thoát ngoài Chúa Kitô là sự nô lệ. Công vụ 19: 13-16.)

2. Khai trương các khoa sản

NẾU MỘT NGƯỜI PHỤ NỮ đến tìm chúng tôi để được giúp đỡ trong việc mở một hộ sinh và làm cho nó phát triển, cô ấy sẽ được đưa ra điều kiện này: *Chúng tôi sẽ chọn một tháng mà tất cả trẻ em sinh ra trong hộ sinh đó sẽ chết, nhưng những tháng khác thì trẻ em sẽ sống.*

Nếu cô ấy đồng ý, cô ấy sẽ được tặng một vật may mắn để thu hút mọi người đến với nhà hộ sinh. Có những nhà hộ sinh như vậy ở Onitsha, Lagos, v.v.; không được phép mang giày vào bên trong.

(Nhắc nhở: Kẻ thù giả mạo sự sinh sôi nảy nở — nhưng chỉ có Đức Chúa Trời mới ban sự sống thật. Thi thiên 127: 3.)

3. Khai trương các cửa hàng sang trọng

KHI MỘT NGƯỜI ĐÀN ÔNG đến tìm chúng tôi để được giúp đỡ, anh ta sẽ được tặng một chiếc nhẫn với điều kiện là không người phụ nữ nào được phép chạm vào nó. Anh ta cũng phải đồng ý trở thành thành viên của chúng tôi. Nếu anh ta chấp nhận, cửa hàng của anh ta sẽ luôn được chúng tôi cung cấp những vật liệu tốt nhất và mới nhất.

(Sự lừa dối: Sự thịnh vượng đi kèm với điều kiện dẫn đến sự nô lệ — Châm ngôn 10:22 so với Ma-thi-ơ 4:9.)

4. Việc cho con cái

NẾU MỘT NGƯỜI PHỤ NỮ hiếm muộn đến gặp các thầy lang bản địa, sau khi trình bày nỗi khổ của mình, cô ấy sẽ được yêu cầu mang theo: một con gà trống trắng, một con dê, phấn bản địa và các vật dụng chăm sóc trẻ sơ sinh.

Người ta sẽ khuyên bà ấy đi, và trong lúc bà ấy vắng mặt, thầy lang bản địa sẽ đến chỗ chúng tôi mang theo những thứ này. Sau đó, chúng tôi sẽ trộn một số thứ lại với nhau, bao gồm cả tro cốt người. Ông ta sẽ dùng hỗn hợp này để nấu thức ăn cho người phụ nữ.

Cô ấy sẽ mang thai và sinh con, nhưng đó không phải là một con người bình thường. Nếu đứa trẻ là con gái, nó sẽ sống và thậm chí kết hôn nhưng vẫn vô sinh suốt đời. Nếu là con trai, nó sẽ sống và thậm chí được đào tạo bài bản nhưng rồi chết đột ngột. Chúng không bao giờ sống đến khi được chôn cất cha mẹ mình.

Tôi muốn nói thêm rằng, vô sinh phần lớn là do ma quỷ gây ra. Có thể bạn thấy một người phụ nữ vô sinh ở trần gian này, nhưng bà ấy có thể sinh con dưới biển. Vì vậy, tôi khuyên con cái Chúa hãy chỉ trông cậy vào Chúa mà thôi, vì chỉ có Chúa mới ban cho con cái thật sự.

(Sự thật: 1 Sa-mu-ên 2: 5 – "Người phụ nữ hiếm muộn đã sinh được bảy con.")

5. Việc cho tiền

NẾU MỘT NGƯỜI ĐÀN ÔNG đến xin tiền chúng tôi, anh ta sẽ phải đáp ứng những điều kiện sau: anh ta sẽ bị yêu cầu hiến một phần cơ thể, hoặc nếu có gia đình thì sẽ bị yêu cầu đưa con trai đến; nếu độc thân, thì phải đưa anh trai hoặc em trai – người cùng huyết thống.

Trong lúc giết nạn nhân, người hiến tặng sẽ được trao một ngọn giáo hoặc mũi tên. Người thân của anh ta sẽ lần lượt đi qua qua một tấm gương; ngay khi người mà anh ta hiến tặng đi qua, anh ta sẽ được yêu cầu tấn công, và khi điều này xảy ra, nạn nhân sẽ chết ngay tại chỗ.

Có những phương pháp khác, nhưng một điều mà Sa-tan thường làm là đảm bảo rằng trong mọi phương pháp, người gây ra cái chết cho nạn nhân, bằng cách khiến người đó đánh nạn nhân.

Hãy nhớ rằng, Satan không có món quà nào miễn phí cả!

(Chân lý cuối cùng: Mọi con đường tắt dẫn đến giàu có đều là một cái bẫy — Ma-thi-ơ 16:26 .)

Những suy ngẫm về sự giải thoát

- Địa ngục đòi hỏi máu; Thiên đàng đã hiến dâng máu của Chúa Kitô một lần cho tất cả (Hê-bơ-rơ 9:12).

- Mọi giao ước được lập ra từ sự sợ hãi chỉ có thể bị phá vỡ thông qua sự ăn năn và thập tự giá.
- Người Cơ Đốc giáo mang trong mình sức mạnh phi thường thông qua sự ngợi khen và cầu nguyện—hãy sử dụng sức mạnh đó!
- Sự thịnh vượng thực sự, sự chữa lành và con cái chỉ đến từ sự vâng phục Chúa mà thôi.

Lời cầu nguyện từ bỏ và bảo vệ

LẠY CHÚA GIÊ-SU KI-tô, con cảm tạ Ngài vì đã vạch trần sự lừa dối của kẻ thù. Con từ bỏ mọi sự liên hệ, dù cố ý hay vô ý, với các giao ước ma quỷ, bùa chú hoặc tiên tri giả. Nguyện xin huyết của Chúa Giê-su nói những điều tốt đẹp hơn cho con. Con đóng lại mọi cánh cửa được mở ra bởi sự tò mò, sợ hãi hoặc thiếu hiểu biết. Con đón nhận sự sống dồi dào mà Ngài đã hứa. Xin ban cho con sức mạnh để bước đi trong lẽ thật, sự thánh thiện và sự phân biệt. Amen.

Chương 4: Sa-tan chống lại người Cơ Đốc như thế nào

(Văn bản gốc được giữ nguyên; chú thích ngắn gọn)

« Vì chúng ta chiến đấu không phải chống lại xác thịt và huyết, nhưng chống lại các quyền lực, các thế lực, chống lại sự gian ác thuộc linh ở những nơi cao.» Ê-phê-sô 6:10-12

*[Ghi chú: **Câu này bao quát toàn bộ chương: cuộc chiến thực sự là thuộc linh; vũ khí phải là thuộc linh—Ê-phê-sô 6:13-18.**]*

Chiến binh Cơ đốc giáo

SAU KHI LUCIFER RA lệnh chiến đấu chống lại người Kitô hữu, chúng tôi đã ngồi lại và vạch ra các phương án chiến đấu như sau:

1. Gây ra bệnh tật.
2. Gây ra tình trạng vô sinh.
3. Gây ra sự buồn ngủ trong nhà thờ.
4. Gây ra sự nhầm lẫn trong nhà thờ.
5. Gây ra sự nguội lạnh trong nhà thờ.
6. Khiến họ mù chữ về Lời Chúa.
7. Do ảnh hưởng từ thời trang và sự bắt chước.
8. Đánh nhau trực diện với họ.

   [**Bình luận:**] ***Những điều này nhắm đến sự cầu nguyện, sự thanh khiết, sự hiệp nhất, Kinh Thánh—chính xác là những điều mang lại sức mạnh cho Giáo Hội.** [Xem Công vụ 2:42–47; Gia-cơ 4:7–8.]*

Trong số những điều đã nêu trên, tôi muốn giải thích thêm hai điều:

1. Đánh nhau bằng tay chân

VỚI CHIẾC TV ĐƯỢC CHO, tôi thường thấy những người theo đạo Cơ đốc tái sinh . Chúng tôi không chống lại những kẻ đạo đức giả vì họ đã thuộc về chúng tôi rồi. Sau đó, chúng tôi sẽ cử các cô gái của mình đến những nhà thờ lớn trước. Bên trong nhà thờ, họ sẽ nhai kẹo cao su, làm cho trẻ con khóc hoặc làm bất cứ điều gì khiến mọi người xao nhãng khỏi việc nghe lời Chúa. Họ có thể quyết định đến bằng cách làm cho mọi người buồn ngủ trong khi bài giảng đang diễn ra. Ngay khi họ thấy bạn đang suy tư nghiêm túc vì bài giảng, họ sẽ đợi bạn bên ngoài nhà thờ và ngay khi bạn bước ra, một trong số họ sẽ chào đón bạn và thậm chí tặng bạn một món quà (và đó luôn là thứ bạn thích) và tỏ ra rất thân thiện. Cô ấy sẽ làm mọi thứ và trước khi bạn kịp nhận ra điều gì đang xảy ra, bạn đã quên hết những gì mình học được trong nhà thờ. Nhưng đối với một người Cơ đốc giáo chân chính, một trong những cô gái này, sau buổi lễ, sẽ nhảy ra chào đón bạn và muốn biết nhà bạn ở đâu với lý do cô ấy mới đến thị trấn và không quen biết nhiều người Cơ đốc giáo xung quanh. Khi đưa cô ấy về nhà, cô ấy sẽ nhanh chóng mua chuối và người Cơ đốc giáo sẽ coi đó là một cử chỉ yêu thương. Cô ấy sẽ tiếp tục đến thăm cho đến khi cuối cùng dập tắt được ánh sáng của Chúa Kitô trong bạn rồi ngừng đến. Những hoạt động chính trong các hội thánh và cộng đồng sống động là: ngăn cản các tín đồ Cơ đốc đọc và nghiên cứu Lời Chúa, từ đó khiến họ không biết đến thẩm quyền của mình và những lời hứa của Chúa. Tại các chiến dịch truyền giáo, những cô gái này sẽ được phái đến để gây ra bất đồng và cãi vã.

[**Những điều cần lưu ý:** ***(a) Luôn tràn đầy Lời Chúa (Cô-lô-si 3:16), (b) giữ ranh giới với "những người quen mới", (c) đừng để ân tứ vượt quá sự phân định (1 Giăng 4:1), (d) cử người hướng dẫn/người cầu thay để canh chừng và cầu nguyện—Ma-thi-ơ 26:41.]***

Người Kitô hữu được nhận biết như thế nào?

NHỮNG NGƯỜI CƠ ĐỐC tái sinh không được nhận biết bởi cuốn Kinh Thánh họ luôn mang theo hay nhiều hội thánh họ tham dự. Họ được nhận biết trong thế giới tâm linh bởi ánh sáng chiếu rọi liên tục như một ngọn nến rất sáng trong lòng, hoặc một vòng sáng quanh đầu, hay một bức tường lửa bao quanh họ. Khi một người Cơ Đốc đang đi, chúng ta thấy các thiên thần đi cùng họ, một bên phải, một bên trái và một phía sau. Điều này khiến chúng ta không thể đến gần họ.

Cách duy nhất chúng ta thành công là khiến người Cơ Đốc phạm tội, từ đó tạo ra kẽ hở để chúng ta xâm nhập. Khi một người Cơ Đốc đang lái xe và chúng ta muốn làm hại họ, chúng ta thấy rằng họ không bao giờ ở một mình trong xe. Luôn luôn có một Thiên thần bên cạnh họ. Ôi , nếu người Cơ Đốc chỉ biết tất cả những gì Chúa dành cho họ, họ sẽ không dính líu đến tội lỗi hay sống bất cẩn!

[**Key:** ***Tội lỗi mở ra những cánh cửa (Ê-phê-sô 4:27). Sự thánh khiết giữ gìn hàng rào (Châm ngôn 25:28; Xa-cha-ri 2:5)*** .

2. Quá trình hình thành những người Cơ Đốc giáo sa ngã

VỚI TƯ CÁCH LÀ NGƯỜI chủ trì được Lucifer bổ nhiệm, tôi sẽ gửi những cô gái này đến các nhà thờ và hội thánh đang hoạt động. Những cô gái này sẽ ăn mặc chỉnh tề và sau bài giảng sẽ bước ra để tham gia lời kêu gọi đến bàn thờ, giả vờ đã tiếp nhận Chúa Kitô và được cầu nguyện. Cuối buổi họp hoặc buổi lễ, họ sẽ nán lại chờ người giảng đạo, người đương nhiên sẽ rất vui mừng cho những người mới cải đạo này. Những

người cải đạo thậm chí có thể theo người giảng đạo về nhà ông ta. Nếu người giảng đạo không có tinh thần phân định , cô ta sẽ dụ dỗ ông ta phạm tội tà dâm hoặc ngoại tình. Điều này xảy ra ngay khi ông ta ngưỡng mộ cô ta một cách dâm dục. Cô ta sẽ đảm bảo ông ta tiếp tục phạm tội này cho đến khi cuối cùng cô ta dập tắt được Thánh Linh của Đức Chúa Trời trong ông ta, rồi bỏ đi, nhiệm vụ hoàn thành.

[**Các biện pháp bảo vệ cho người phục vụ:** ***không bao giờ khuyên bảo một mình; không gian họp mặt công khai; vợ/chồng/trưởng lão có mặt; bảo vệ mắt/lòng – Ma-thi-ơ 5:28; 1 Ti-mô-thê 3:2; Châm ngôn 4:23.]***

Tại thời điểm này, tôi muốn chia sẻ lời chứng của một vị Mục sư. Trong thế giới tà linh , ông ta được biết đến như một người của Chúa. Mỗi khi ông ta quỳ xuống, chúng tôi đều cảm thấy hoang mang. Vì vậy, chúng tôi đã gửi những cô gái này đến gặp ông ta. Vị Mục sư thậm chí còn cho họ ăn nhưng không chịu bị cám dỗ. Họ đã làm mọi cách nhưng không thành công. Kết quả là, những cô gái này đã bị giết vì sự thất bại của mình.

Sau đó, tôi đã cải trang thành phụ nữ và đến gặp ông ta, và bằng lời nói ... Tôi đã cố gắng dụ dỗ ông ta bằng nhiều cách , nhưng ông ta vẫn kiên quyết. Điều này quá sức chịu đựng của tôi, nên tôi quyết định giết ông ta bằng tay chân. Một ngày nọ, vị Bộ trưởng này đến chợ Oduekpe Road. Tôi quan sát ông ta và khi ông ta cúi xuống để xem giá một số mặt hàng, tôi đã điều khiển một chiếc xe đầu kéo chở đầy thùng dầu lao thẳng vào chợ nơi ông ta đang đứng. Chiếc xe đầu kéo đâm vào cột điện cao thế của NEPA và rơi thẳng xuống chợ, khiến nhiều người thiệt mạng, nhưng vị Bộ trưởng này đã thoát chết. Việc ông ta thoát chết quả là một phép màu. Một ngày khác, tôi thấy ông ta đang đi bộ đến thị trấn Nkpor . Tôi lại điều khiển một chiếc xe tải quân đội chở đầy khoai lang lao tới để giết ông ta. Chiếc xe tải lao thẳng vào con đường dẫn đến nghĩa trang mới, giết chết nhiều người, nhưng vị Bộ trưởng này lại một lần nữa thoát chết. Sau lần thử thứ hai này, chúng tôi đã bỏ cuộc. Ông ta vẫn còn sống!

Chỉ vì một tín đồ Cơ đốc giáo, ma quỷ có thể quyết định hủy diệt nhiều linh hồn, nghĩ rằng nó có thể giết chết người đó, nhưng nó luôn thất bại. Những sự việc này đã xảy ra với nhiều tín đồ Cơ đốc giáo mà họ không hề hay biết, nhưng Chúa của họ luôn giải cứu họ. Vấn đề là, ma quỷ không bao giờ bỏ cuộc. Suy nghĩ của nó luôn là: "Ta có thể thành công." Nhưng hắn ta không bao giờ làm được điều đó. Chừng nào người Cơ Đốc còn bước đi trong tình yêu thương của Chúa, ở trong Ngài và không bị vướng mắc vào những việc đời này, thì ma quỷ không bao giờ thành công, dù nó có cố gắng đến đâu. Chỉ có người không tin mới nằm trong tầm kiểm soát của nó.

[Lời khích lệ : Sự bảo vệ của Chúa là có thật—Thi thiên 91; Ê-sai 54:17; 2 Các Vua 6:16-17.]

Sự áp bức người Kitô hữu

ĐIỀU NÀY CHỦ YẾU XẢY ra trong giấc mơ. Một người theo đạo Cơ đốc có thể thấy trong giấc mơ của mình những điều sau:

1. Một người thân đã khuất đến thăm anh/cô ấy.
2. Những kẻ giả dạng đang theo đuổi anh/cô ấy.
3. Những người bạn đang bơi trong sông.
4. Bạn bè mang đồ ăn đến và mời anh/cô ấy ăn.
5. Một phụ nữ độc thân quan hệ tình dục hoặc thậm chí một người phụ

nữ đã kết hôn quan hệ tình dục với một người đàn ông.
Nếu không được giải quyết, điều này đôi khi dẫn đến vô sinh. Hoặc một phụ nữ mang thai tưởng tượng mình đang quan hệ tình dục với một người đàn ông. Nếu không được giải quyết ngay lập tức, điều này có thể dẫn đến sảy thai.

Nếu một người Kitô hữu trải nghiệm những điều trên trong giấc mơ của mình, người đó không nên bỏ qua một cách dễ dàng, mà khi tỉnh giấc, người đó nên tự xét mình và xưng tội với Chúa về bất kỳ tội lỗi nào mình biết, trói buộc tất cả những ma quỷ đó và cầu xin Chúa phục hồi lại những gì đã bị can thiệp. Điều này rất quan trọng. Người đó cũng nên tìm kiếm sự giúp đỡ và lời khuyên của một Kitô hữu trưởng thành, đầy dẫy Thánh Linh, có đức tin lớn tuổi hơn.

[**Kế hoạch hành động khi tỉnh giấc:**] ***(1) từ bỏ/cấm đoán nhân danh Chúa Giê-su (Lu-ca 10:19), (2) cầu khẩn nhờ huyết Chúa Giê-su (Khải Huyền 12:11), (3) hủy bỏ giao ước trong lời cầu nguyện (Ê-sai 28:18), (4) dự Tiệc Thánh nếu có thể (1 Cô-rinh-tô 11), (5) tìm kiếm sự che chở của mục sư.]***

Sự Giành Linh Hồn Của Quỷ

KHI CHÚA GIÊ-SU CHRIST rời khỏi thế gian, Ngài đã truyền dạy cho các môn đồ: "Hãy đi khắp thế giới và làm môn đồ cho mọi dân tộc." Trong khi một số tín đồ Cơ đốc vẫn đang chờ đợi thời điểm thích hợp và thuận tiện hơn để tuân theo mệnh lệnh này, thì ma quỷ cũng đã truyền dạy mệnh lệnh này cho các tay sai của nó. Sự khác biệt là, các tay sai của ma quỷ nghiêm túc hơn trong việc chinh phục linh hồn so với các tín đồ Cơ đốc!

Một trong những lĩnh vực mà ma quỷ săn đón linh hồn là các trường trung học, đặc biệt là trường nữ sinh. Một số nữ sinh của chúng ta được gửi đến các trường này để học tập. Chúng ta cung cấp cho họ tất cả các loại đồ lót mới nhất và đắt tiền. Đây là ưu tiên hàng đầu, bởi vì trong ký túc xá nữ sinh, họ chỉ thích dùng đồ lót. Tay sai của chúng ta sẽ không bao giờ thiếu thốn bất cứ thứ gì, mỹ phẩm, quần áo, đồ lót, sách vở, lương thực và tiền bạc. Một loại xà phòng tắm đặc biệt sẽ được đưa cho cô ấy để cho bất kỳ học sinh nào cần mượn. Một cô gái muốn trở nên giống cô ấy sẽ bị thu hút và kết bạn với cô ấy. Dần dần, tay sai của chúng ta sẽ giới thiệu chúng ta với cô ấy. Lúc này, chúng ta sẽ đến thăm cô ấy trực tiếp và bắt đầu tặng quà và đáp ứng nhu cầu của cô ấy. Với điều này, cô ấy sẽ tự nguyện gia nhập cùng chúng ta. Đến lượt cô ấy sẽ chinh phục thêm người khác và cứ thế tiếp diễn. Việc này được coi là một sứ mệnh và được thực hiện với quyết tâm thành công.

Một điều cần phải làm rõ: Sa-tan không ép buộc ai cả. Điều hắn làm là thu hút và khiến bạn tự nguyện đến với hắn. Đó là lý do tại sao Kinh Thánh nói: "Hãy chống cự ma quỷ, thì nó sẽ chạy trốn khỏi các ngươi" (Gia-cơ 4:7). Một lĩnh vực khác mà ma quỷ dùng để chinh phục linh hồn là cho người ta đi nhờ xe. Chúng tôi thường sai các cô gái của mình đứng trên đường, và thường thì họ rất xinh đẹp và ăn mặc hấp dẫn. Bạn cũng sẽ tìm thấy họ trong các khách sạn và thông qua những con đường này, chúng tôi có được cả nam và nữ. Nhiều người được đăng tin mất tích trên báo chí đã bị lạc vì cho những cô gái lạ mặt đi nhờ xe.

Vì vậy, bạn nên cẩn thận khi cho người khác đi nhờ xe.

[**Lời dặn dò gửi đến Giáo hội:**] ***Đừng để trường học và giới trẻ không được bảo vệ—hãy triển khai việc dạy dỗ con cái trong khuôn viên trường, hướng dẫn an toàn và sự giám sát của cha mẹ (Châm ngôn 22:6; 2 Ti-mô-thê 3:14-15). Hãy thiết lập ranh giới khôn ngoan với người lạ /" người quen."]***

Công cụ hỗ trợ mục vụ nhanh (một trang)

- **Khi bị phân tâm trong lúc phục vụ:** hãy cử một người ngồi hàng sau để cầu thay, nhẹ nhàng hướng dẫn, và cầu nguyện trong Thánh Linh cách thầm lặng (Ê-phê-sô 6:18).
- **Khi dục vọng/sự cám dỗ đến gần:** hãy chạy trốn (2 Ti-mô-thê 2:22), xưng tội, gọi ngay cho người bạn tâm giao.
- **Khi gặp những giấc mơ đáng sợ:** hãy cầu nguyện lớn tiếng; phá bỏ giao ước; xức dầu lên cửa; đọc Thi thiên 91/Ê-sai 54; dự Tiệc Thánh; nhờ trưởng lão cầu nguyện (Gia-cơ 5:14-16).
- **Khi sự bối rối/xung đột nảy sinh trong một cộng đồng:** hãy tạm dừng chương trình nghị sự; dành 10 phút để ngợi khen và đọc Kinh Thánh; khẳng định lại sứ mệnh; cầu nguyện cho sự hiệp nhất (Thi thiên 133; Giăng 17).

- **Bảo vệ giới trẻ:** giáo dục về sự khiêm nhường thông qua việc dạy dỗ chứ không phải sự xấu hổ; các biện pháp bảo vệ trên phương tiện truyền thông/kỹ thuật số; các câu lạc bộ Lời Chúa hàng tuần; các nữ cố vấn được đào tạo bài bản cho các bé gái, các nam cố vấn cho các bé trai.

Lời cầu nguyện củng cố

LẠY CHÚA GIÊ-SU, NGÀI là áo giáp và chiến thắng của con. Con đóng chặt mọi cánh cửa mở ra do tội lỗi hoặc sự bất cẩn. Xin cho con mặc lấy lẽ thật, sự công chính, Tin Mừng bình an, đức tin, sự cứu rỗi và Lời Chúa. Xin dạy tay con chiến đấu và lòng con yêu thương. Con chống cự ma quỷ; nó phải chạy trốn. Xin cho bức tường lửa bao quanh con và gia đình con. Xin củng cố con trong sự thánh khiết, sự phân biệt và sự làm chứng mạnh dạn—Amen. *(Ê-phê-sô 6:10-18; Xa-cha-ri 2:5; Gia-cơ 4:7)*

Chương 5: Cuộc gặp gỡ của tôi với Chúa Giê-su Ki-tô

(Bản ghi chép gốc được lưu giữ, kèm theo những suy ngẫm ngắn gọn)

"Vào tháng Hai năm 1985, chúng tôi có cuộc họp thường lệ trên biển, sau đó tôi quyết định đi đến Port Harcourt ở bang Rivers để thăm vợ của người chú quá cố. Tôi gặp một người đàn ông tên là Anthony. Ông ấy có một xưởng ở ngã ba Nwaja , dọc theo đường Trans- Amadi , Port Harcourt, bang Rivers. Ông ấy sai người đến gọi tôi và vì trong hội chúng tôi có luật là không bao giờ được từ chối lời mời, nên tôi quyết định nhận lời. Tôi đến gặp ông ấy vào chiều thứ Năm tuần đó. Ông ấy bắt đầu bằng cách nói rằng Chúa đã gửi cho ông ấy một thông điệp dành cho tôi. Ông ấy lấy Kinh Thánh ra và bắt đầu giảng đạo. Có ba tín đồ Cơ Đốc khác đang ngồi (một nam và hai nữ). Ông ấy tiếp tục giảng đạo rất lâu và tôi không chắc mình đã nghe hết những gì ông ấy nói. Ông ấy yêu cầu tôi quỳ xuống để cầu nguyện. Tôi vâng lời và lặng lẽ quỳ xuống.

Ngay lập tức ông ấy bắt đầu cầu nguyện. Tôi bị Thánh Linh của Chúa đánh gục và ngã xuống. Tôi cố gắng đứng dậy và đứng vững như tượng. Tôi đã phá hủy những chiếc ghế sắt bên trong xưởng. Tôi nhìn ra ngoài và thấy ba thành viên của hội kín chúng tôi, một người đàn ông và hai cô gái. Họ hiện ra dưới hình dạng con người và tiến về phía cửa, nhưng vì quyền năng của Chúa nên họ không thể vào được."

[**Lưu ý:** Ngay cả địa ngục cũng không thể vượt qua ranh giới quyền năng của Đức Chúa Trời (Thi thiên 91:1-3; Lu-ca 10:19). Sự xức dầu phá vỡ xiềng xích.]

"Tôi chắc chắn rằng tiếng báo động trên biển đã cảnh báo họ về sự cố và nhờ có tivi, họ biết được vấn đề ở đâu và đã cử đội cứu hộ 'bất lực' đến. Điều này luôn xảy ra khi bất kỳ thành viên nào gặp rắc rối. Trong khi hai người đàn ông theo đạo Cơ đốc kéo tôi quỳ xuống, các cô gái tiếp tục cầu nguyện và trói buộc ma quỷ, nhưng họ không nói rõ. Họ hỏi tôi có tin vào Chúa Giê-su Christ không, tôi không nói gì. Họ yêu cầu tôi gọi tên Chúa Giê-su, tôi từ chối. Họ hỏi tên tôi và tôi đã nói cho họ biết. Họ vật lộn hàng giờ và thả tôi ra. Không có linh hồn nào bị đuổi khỏi tôi, vì vậy tôi ra đi theo cách giống như khi tôi vào."

[**Bài học:** Sự giải thoát đòi hỏi sự mặc khải và thẩm quyền—chứ không phải cảm xúc. Sự cụ thể và khả năng phân định là điều quan trọng (Mác 9:29; Công vụ 19:15–16).]

Các sự kiện của nhà thờ

"NGÀY HÔM SAU, THỨ SÁU, tôi được Anthony mời tham dự buổi canh thức đêm tại nhà thờ Assemblies of God, Silver Valley, Port Harcourt. Tôi nhận lời mời này vì tham dự các buổi lễ nhà thờ để gây buồn ngủ và rối loạn là một phần nhiệm vụ của chúng tôi. Chương trình bắt đầu bằng những bài hát đồng ca. Chúng tôi hát cho đến khi một thành viên cất lên một bài hát nổi tiếng của một ban nhạc Cơ đốc giáo, nói về sự bất lực của các thế lực khác ngoại trừ quyền năng của Chúa Giê-su.

Rồi tôi bắt đầu cười. Tôi cười vì khi nhìn vào đời sống tâm linh của họ, gần ba phần tư số người hát bài hát này đang sống trong tội lỗi. Tôi biết rằng vì những tội lỗi trong cuộc sống của họ, họ bị phơi bày và có thể bị tổn hại nghiêm trọng bởi những thế lực đó."

[**Suy ngẫm:** Lời ngợi khen mà thiếu sự thanh khiết chỉ là tiếng ồn đối với thiên đàng (Ê-sai 1:15; Giăng 4:24). Sự thánh khiết là lá chắn của người thờ phượng.]

"Trong buổi lễ đó, chúng tôi là bốn người từ biển đến và cùng hát và vỗ tay với họ. Tôi muốn nhấn mạnh lại ở đây rằng khi bắt đầu một buổi lễ, các thành viên nên được khuyên trước tiên là xưng tội, sau đó mới bước vào giai đoạn ngợi khen Chúa chân thành. Điều này sẽ khiến một tay sai của Sa-tan hiện diện cảm thấy rất khó chịu và thực tế là sẽ phải bỏ chạy để cứu mạng mình.

Trong buổi lễ cụ thể này, chúng tôi rất thoải mái và thậm chí còn bắt đầu hoạt động. Nhiều người bắt đầu ngủ gật, các bài hát đồng ca được hát yếu ớt và mọi thứ trở nên lộn xộn."

[**Lưu ý:** Sự xưng tội và ăn năn mời gọi ngọn lửa thiêng liêng. Nơi nào không có sự thánh thiện, bóng tối sẽ ngự trị (2 Sử ký 7:14).]

"Anh Anthony đã kể cho họ về tôi rồi nên khoảng 2 giờ sáng, họ gọi tôi ra để cầu nguyện cho tôi. Ngay khi tôi bước ra phía trước , họ bắt đầu cầu khẩn nhờ huyết của Chúa Giê-su. Tôi ngăn họ lại và nói: 'Cầu khẩn nhờ huyết của Chúa Giê-su không phải là giải pháp. Tôi là một thành viên cấp cao của một hội kín. Nếu các anh đồng ý rằng các anh có thể giải cứu tôi, thì tôi sẽ quỳ xuống.' Những lời tôi nói không phải là đã được chuẩn bị trước. Huyết của Chúa Giê-su làm cho ma quỷ sợ hãi và bảo vệ người tin, nhưng không trói buộc ma quỷ. Việc trói buộc ma quỷ chỉ xảy ra khi người Cơ Đốc sử dụng quyền năng của mình và ra lệnh."

[**Giải thích:** Huyết Chúa Giê-su chuộc tội và che chở; quyền năng trong Danh Chúa Giê-su củng cố chiến thắng (Khải Huyền 12:11; Mác 16:17–18).]

"Họ đồng ý và tôi quỳ xuống. Lúc đó, một người chị em được Thánh Linh dẫn dắt đã hét lên và nói: 'Nếu chị không xứng đáng, thì đừng đến gần!'... Đối với một người Kitô hữu đang sống trong tội lỗi, việc đuổi quỷ là rất nguy hiểm. Nhiều người đã rút lui và một vài người tiến đến cầu nguyện cho tôi. Khi họ bắt đầu bằng câu 'Nhân danh Chúa Giê-su', tôi nghe thấy một tiếng nổ lớn bên trong mình và ngã xuống sàn... Hai thế lực đối lập đã cùng hành động và bầu không khí thay đổi."

[**Lưu ý:** Chỉ những bình thanh sạch mới có quyền năng lâu dài (2 Tim 2:21). Sự giải cứu là cuộc chiến thánh.]

"Một con quỷ đã ra khỏi tôi và nhập vào một cậu bé trong số họ... Các anh em trong giáo đoàn không hề để ý đến cậu bé mà đưa cậu và những người khác sợ hãi vào phòng thay đồ của nhà thờ và nhốt họ ở đó. Việc này tiếp diễn cho đến 7 giờ sáng... Họ bị lừa tin rằng tôi đã được giải thoát."

[**Bài học:** Khả năng phân biệt là chìa khóa; một số sự giải cứu chỉ là một phần hoặc giả mạo nếu không giải quyết tận gốc vấn đề (Lu-ca 11:24–26).]

"Tôi yếu đến nỗi khó mà bước ra khỏi nhà thờ. Nhưng điều kỳ lạ đã xảy ra, ngay khi tôi bước ra khỏi nhà thờ và băng qua đường, tôi bỗng trở nên rất khỏe mạnh . Có lẽ một số con quỷ đã rời đi trước đó đã quay trở lại. Tôi vô cùng tức giận và quyết định trả thù nhà thờ."

[**Suy ngẫm:** Kẻ thù chiến đấu quyết liệt nhất trước khi có tự do; nhưng Đức Chúa Trời giăng bẫy thần kỳ ngay cả khi dường như thất bại (Sáng thế ký 50:20).]

Trên đường đến Lagos

"KHI ĐẾN NHÀ VỢ CHÚ tôi, tôi nói với họ rằng tôi sẽ đi Lagos ngay lập tức... Tại Mile 3, chúng tôi khởi hành và khi đến Omagwe , tại ngã ba sân bay quốc tế, tôi nghe thấy một giọng nói gọi tôi bằng tên quê hương là 'NKEM'... Trong khi tôi vẫn còn đang bối rối, giọng nói đó lại vang lên: 'NKEM, mày định phản bội tao lần nữa sao?'... Đột nhiên tôi bị sốt cao... Tại Umuakpa ở Owerri, tôi ngã quỵ trong xe taxi."

[**Lưu ý:** Lòng thương xót của Chúa can thiệp vào giữa cuộc hành trình của chúng ta—khoảnh khắc Sau-lơ ở Đa-mát (Công vụ 9:3-6).]

"Điều tiếp theo tôi biết là hai người đàn ông cao lớn, vạm vỡ đến bắt tôi... 'Ngươi là kẻ bị truy nã!'... Chúng tôi đi đến một tòa nhà rất lớn và dài, trông giống như một hội trường... Ở cuối hội trường là một bàn thờ. Tôi nhìn thấy mặt trăng và các vì sao bao quanh mặt trời. Sau đó, tôi nhìn thấy một ngai vàng và ngồi trên đó là một người đàn ông rất đẹp trai với một bộ áo choàng tỏa sáng như mặt trời. Ông ấy nói: 'Hãy đến đây!'... Mặt trăng sau đó di chuyển trở lại ngai vàng và người ngồi trên đó lại nói: 'Hãy đến đây!'"

[**Giải thích:** Đây là một cuộc gặp gỡ kinh điển giữa sự sống và cái chết—thân xác bị treo lơ lửng, linh hồn được đưa đến trước tòa phán xét của Chúa Kitô (2 Cô-rinh-tô 5:10).]

Sự thanh tẩy tâm linh

"TÔI ĐI ĐẾN MỘT CHỖ và Ngài bước ra khỏi ngai vàng đến chỗ tôi, lần lượt tháo rời từng chân tôi ra, đổ hết những gì bên trong ra rồi lắp chúng lại... Tôi tự hỏi trong lòng, người này là ai và làm sao Ngài biết được những chỗ cất giữ những thứ đó."

[**Ý nghĩa:** Chúa nhổ bỏ những mầm mống ma quỷ và thay thế chúng bằng sự trọn vẹn của Ngài — Ê-xê-chi-ên 36:26.]

"Sau đó, Ngài trở về ngai vàng và bảo tôi đến gần... Ngài nói: 'Được, nhưng ta sẽ cho ngươi thấy những gì ngươi đang ấp ủ.'... Người đàn ông này dẫn tôi vào một căn phòng và mở ra một thứ giống như bảng đen... trước mặt tôi là tất cả những kế hoạch ta đã vạch ra chống lại các tín đồ Cơ đốc và kế hoạch của ta chống lại hội thánh Assemblies of God, Silver Valley."

[**Bài học:** Không có gì che giấu được trước mắt Chúa (Hê-bơ-rơ 4:13). Sự xưng tội và ăn năn sẽ xóa sạch mọi tội lỗi.]

Những Khải Huyền Thiêng Liêng

"NGÀI BƯỚC XUỐNG KHỎI ngai vàng, nắm lấy tay tôi và nói rằng Ngài sẽ cho tôi thấy một số điều... 'Ta không muốn con bị hư mất, nhưng muốn cứu con, và đây là cơ hội cuối cùng của con.'... Khi Ngài nói điều này, tôi biết Ngài chính là Chúa Giê-su Christ."

[**Ân điển:** Ngay cả những người ô uế nhất cũng có thể được kêu gọi *lần cuối*. Lòng thương xót vẫn nài nỉ (Ê-sai 1:18).]

"Chúng tôi bước vào một căn phòng và Ngài vén một tấm màn lên. Tôi nhìn thấy cả thế giới... Chúng tôi đi vào căn phòng thứ hai... Ngài gọi những người này là 'những kẻ giả hình'... Chúng tôi đi vào căn phòng thứ ba... 'Đây là những người được cứu chuộc đang chờ phần thưởng của họ'... Chúng tôi đi vào căn phòng thứ tư... Nó trông giống như cả một thành phố đang bốc cháy. Địa ngục là có thật và thật khủng khiếp... Ngài đã nêu tên họ như được ghi trong Khải Huyền 21:8."

[**Cảnh báo:** Lời chứng này phù hợp với lời chứng nhất quán của Kinh Thánh—Địa ngục và Thiên đàng là những số phận có thật (Ma-thi-ơ 25:41–46).]

"Chúng tôi bước vào một căn phòng thứ năm, và khi Ngài vén màn lên, những gì tôi thấy chỉ có thể được miêu tả là VINH QUANG... Ngài phán: 'Đây là niềm hy vọng của các thánh. Con có muốn đến đó không?' Tôi lập tức trả lời 'Có!'... Ngài phán: 'Hãy đi và làm chứng về những gì Ta đã làm cho con.'"

[**Sứ mệnh:** Mỗi cuộc gặp gỡ chân thật đều sinh ra một mệnh lệnh — *"Hãy đi và loan truyền."* (Mác 5:19).]

Sự trở lại Trái đất

"LẠI MỘT LẦN NỮA, NGÀI đưa tôi đến một căn phòng khác... 'Đừng sợ, hãy đi, ta sẽ ở bên con.' Ngài dẫn tôi ra khỏi sảnh và biến mất, và tôi tỉnh dậy trên một chiếc giường trong nhà một người đàn ông khác... Người đàn ông đó kể lại việc tôi ngã quỵ trong một chiếc taxi và họ đã khiêng tôi đến Nhà thờ Công giáo ở Owerri như thế nào... Sau đó, người đàn ông đưa tôi về nhà bằng xe của ông ấy và đã đợi sẵn ở đó... Tôi ở lại với gia đình tốt bụng này trong hai ngày một cách bình thản, rồi người đàn ông và vợ ông ấy lái xe đưa tôi đến bến xe Owerri."

[**Lưu ý:** Những cuộc gặp gỡ thiêng liêng thường bao gồm những người xa lạ được Thánh Linh cảm động — Hê-bơ-rơ 13:2.]

"Tất cả những gì Chúa đã tỏ cho tôi về cuộc hành trình của mình đều xảy ra nối tiếp nhau... Tôi vâng lời và rời Lagos đến Port Harcourt vào sáng hôm sau. Tôi thường tự hỏi, tại sao Chúa lại cứu một người như tôi? Một người độc ác và tàn phá như vậy, một tay sai của Sa-tan! Tôi tìm thấy câu trả lời trong ba từ này: **Đức Chúa Trời là tình yêu thương.** Thật vậy, Đức Chúa Trời là Tình Yêu Thương! (1 Giăng 4:8, 4:16)"

[**Ghi chú cuối cùng:** Sự mặc khải tối thượng không phải là sự phán xét mà là tình yêu thương — Giăng 3:16; Rô-ma 5:8.]

Chìa Khóa Tâm Linh Cho Ngày Hôm Nay

1. **Quyền năng:** Hãy biết và thực thi quyền hợp pháp của bạn trong Đấng Christ (Lu-ca 10:19).
2. **Sự thanh khiết:** Ăn năn hối cải giúp giữ vững áo giáp; tội lỗi tạo điều kiện cho sự tái phạm.
3. **Khả năng phân biệt:** Không phải mọi biểu hiện tâm linh đều là thần thánh; hãy thử nghiệm mọi thần linh (1 Giăng 4:1).
4. **Cộng đồng:** Sự giải thoát an toàn nhất đến từ lời cầu nguyện chung với những người cầu thay công chính.
5. **Lời chứng:** Mỗi sự giải cứu đều cần có lời chứng – sự im lặng tiếp tay cho kẻ thù.

Lời cầu nguyện quy phục hoàn toàn

LẠY CHÚA GIÊ-SU KI-tô, con thừa nhận Ngài là Chúa và Đấng Cứu Thế duy nhất. Con cảm ơn Ngài vì đã cứu chuộc con khỏi mọi giao ước bóng tối. Con dâng hiến cuộc đời, thân xác, linh hồn và tâm linh của con cho Ngài. Xin loại bỏ mọi mầm mống xấu xa của kẻ thù; thanh tẩy con bằng Huyết của Ngài; đổ đầy Đức Thánh Linh vào con; và dùng con để giải phóng người khác. Nguyện cho đời sống con làm chứng rằng **Đức Chúa Trời là Tình Yêu** . Amen.

(Giăng 3:16 • 1 Giăng 4:8 • Ê-phê-sô 6:10-18)

Chương 6: Sự cám dỗ và chiến thắng

« Chiên của Ta nghe tiếng Ta, Ta biết chúng, và chúng theo Ta; Ta ban cho chúng sự sống đời đời» sự sống; và chúng sẽ không bao giờ hư mất, cũng không ai cướp chúng khỏi tay Ta." Giăng 10:27-28

*[Lời bình: **Lời hứa này bao trùm toàn bộ chương: Sức mạnh của Chúa Giê-su vượt xa mọi sự phản công (Giăng 10:27–28).]***

Sau khi tôi tin nhận Chúa Kitô, điều đầu tiên xảy ra là tất cả những món quà từ biển cả, kính thiên văn, tivi, áo sơ mi, những bức ảnh tôi chụp trong các phòng thí nghiệm dưới biển và bức ảnh Nữ hoàng Bờ biển được trưng bày trong căn hộ của tôi đều biến mất.

*[Chú thích: **Công vụ 19:19 — những vật phẩm huyền bí mất đi sức mạnh và phải bị loại bỏ; Chúa thường lấy chúng đi một cách tối cao.]***

Khi trở về Port Harcourt, tôi rất muốn làm chứng về những điều Chúa đã làm cho tôi nhưng lại không được phép trong nhà thờ. Vợ của người chú quá cố của tôi, cũng là một tín đồ Cơ Đốc, đã đưa tôi đến gặp một trong những mục sư, nhưng câu hỏi ông ấy đặt ra là: "Anh ấy có mang theo giấy tờ không?" Mãi sau này tôi mới hiểu rằng giấy tờ ông ấy muốn nói đến là "thư chứng nhận thành viên". Thư chứng nhận thành viên thì liên quan gì đến việc tôi làm chứng về quyền năng của Chúa Kitô và những gì Ngài đã làm cho tôi – Đức Chúa Trời đã giải thoát tôi khỏi quyền lực của bóng tối vào vương quốc của Con yêu dấu của Ngài, trong Ngài tôi được cứu chuộc nhờ huyết của Ngài, thậm chí được tha thứ tội lỗi?

*[Bình luận: **Thủ tục hành chính có thể bỏ lỡ những khoảnh khắc của Chúa. Tuy nhiên, lời chứng vẫn đúng theo Kinh Thánh (Khải Huyền 12:11); thời điểm và sự chăn dắt rất quan trọng.]***

Tôi rất buồn vì biết rằng Sa-tan không cho phép những người mới tin Chúa đi khắp nơi làm chứng, đặc biệt là những người trước đây đã tham gia sâu vào các hoạt động của hắn, và sẽ làm mọi cách để ngăn cản những lời chứng đó. Tôi lại nhớ, Chúa đã chỉ dẫn rõ ràng cho tôi "hãy đi và làm chứng về những gì Ta đã làm cho con", vậy mà giờ đây tôi lại đối mặt với sự từ chối. Có lẽ vẫn chưa đến lúc. Vì vậy , tôi quyết định gác lại việc làm chứng cho bất cứ ai. Tôi cùng ba thương nhân khác đi từ Aba đến Togo để làm ăn. Ở đó, tôi mua hàng trị giá 160.000 Naira (Một trăm sáu mươi nghìn Naira). Trong số tiền này, tiền cá nhân của tôi là 70.000 Naira, còn lại 90.000 Naira là vay từ các thương nhân ở Aba. Trong số những thứ tôi mua có các bó dây ren, các loại thuốc (đặc biệt là thuốc kháng sinh), thuốc tiêm, nhiệt kế, v.v. Tại biên giới Nigeria, chúng tôi bị hải quan giữ lại và sau đó bị yêu cầu hối lộ. Chúng tôi từ chối và hàng hóa bị tịch thu, bao gồm cả hàng hóa của các đồng nghiệp tôi. Vài tháng sau, những đồ đạc của các đồng nghiệp tôi được trả lại, trừ của tôi. Tôi quay lại sau đó và được yêu cầu trả 40.000 Naira, nhưng khi kiểm tra hàng hóa, tôi phát hiện ra rằng tất cả những món đồ có giá trị, như các bó dây giày, thuốc tiêm, thuốc men, v.v., đều đã bị đánh cắp. Tôi đánh giá số hàng còn lại và biết rằng việc trả 40.000 Naira cho Hải quan chỉ làm tăng thêm thiệt hại, vì vậy tôi quyết định từ bỏ số hàng còn lại.

*[Lời bình: **Khi những lớp che chở cũ biến mất, Chúa dạy chúng ta bước đi theo đường lối của Ngài, chứ không phải theo những "sự bảo vệ" trước đây (Châm ngôn 3:5-6).]***

Những người cho vay tiền của tôi bắt đầu truy đuổi tôi. Một số gọi cảnh sát, số khác tự mình thi hành pháp luật và lên kế hoạch thủ tiêu tôi. Giải pháp duy nhất là đóng tài khoản ngân hàng và dùng tất cả số tiền mình có để trả hết nợ. Nhờ ơn Chúa, tôi đã trả hết nợ trừ 1.000 Naira dành cho chủ nhà ở Lagos. Tôi hoàn toàn phá sản và thậm chí phải vay cả 20 kobo để trả tiền taxi.

*[Lời bình: **Áp lực nặng nề thường theo sau sự giải thoát; Chúa dùng nó để dẹp bỏ sự kiêu ngạo và thiết lập sự phụ thuộc mới.]***

Tôi đã tìm đến một vài người quen biết là tín đồ Cơ Đốc giáo để nhờ giúp đỡ, để có thể bắt đầu lại từ đầu. Không ai nói có hay không, thay vào đó, họ cứ yêu cầu tôi quay lại vào ngày hôm sau cho đến khi tôi mệt mỏi hoặc tìm được sự giúp đỡ. Tôi không biết Lời Chúa và với tất cả sự hỗn loạn trong lòng, tôi đọc Kinh Thánh mà vẫn không hiểu. Vẫn đang suy nghĩ về việc phải làm gì, tôi nhận được một cuộc gọi khẩn cấp từ làng. Tôi vội vã về nhà và thấy rằng căn nhà nhỏ mà tôi đang dựng đã bị chú tôi phá sập. Chú tôi cũng có mặt ở đó và đe dọa giết tôi. Bản chất cũ trong tôi bị thách thức. Tôi nhớ lại khi còn ở trong hội kín, chú tôi sợ tôi đến mức nào và thường quỳ gối trước mặt tôi. Nhưng giờ chú biết tôi đã thay đổi (tôi không biết làm sao chú biết vì tôi chưa về nhà kể từ khi cải đạo) và giờ chú lại đe dọa tôi. Tôi cầu nguyện với Chúa và nói: "Vậy là Ngài đã cứu con để rồi bỏ mặc con trong sự thất vọng và cho phép kẻ thù của con hả hê!" Tôi khóc và quyết định quay trở lại hội kín.

*[Bình luận: **Điểm cám dỗ kinh điển—sự nản lòng dẫn đến sự thoái lui.] Hãy than khóc với Đức Chúa Trời, đừng quay lại kiếp nô lệ (Thi thiên 42).***

Cuộc chiến với các tay sai của Satan

*[Ghi chú: **Phần tiếp theo minh họa các đòn phản công sau khi chuyển đổi và cách đối phó.]***

Trong thời gian này, các tay sai của Nữ hoàng Bờ biển bắt đầu theo đuổi tôi. Tôi đã phải chịu đựng rất nhiều dưới tay họ. Tôi gặp ác mộng. Vào ngày 1 tháng 5 năm 1985, một tháng sau khi tôi cải đạo, vào khoảng 2 giờ sáng, những người khác trong nhà đang ngủ. Tôi bị những tay sai này đánh thức. Họ ra lệnh cho tôi ra khỏi nhà. Tôi vâng lời, bước ra ngoài và họ đi theo sau. Mọi chuyện diễn ra như một giấc mơ nhưng đó là sự thật. Chúng tôi di chuyển đến nghĩa địa gần nhà thờ Anh giáo St. Paul, trên đường Aba, Port Harcourt.

*[Chú thích: **Thao túng và ép buộc trong lúc ngủ là điều phổ biến; quyền năng của Chúa Giê-su phá vỡ điều đó (Lu-ca 10:19).]***

Khi đến đó, họ nói: "Ngươi phải quay lại. Nếu ngươi từ chối , chúng ta sẽ giết ngươi hoặc biến ngươi thành kẻ nghèo khổ." Sau lời dặn dò đó, họ bỏ đi. Tôi tỉnh lại và tự hỏi làm sao mình lại đến được nghĩa địa này. Tôi quay lại giường và ngủ. Họ quyết định tấn công tôi vào buổi chiều. Thỉnh thoảng, khi đi dọc đường, họ sẽ đánh tôi. Những người xung quanh sẽ thấy tôi đánh vào không khí hoặc thấy tôi chạy như thể bị truy đuổi. Chỉ mình tôi nhìn thấy họ. Họ làm như vậy bốn lần rồi dừng lại. Sau đó, thủ lĩnh của họ, Nữ hoàng Bờ biển, tiếp quản. Ngày đầu tiên, bà ta đến bằng ô tô và đậu cạnh nhà chúng tôi. Bà ta ăn mặc chỉnh tề và như thường lệ rất xinh đẹp. Mọi người xung quanh cho rằng bà ta là bạn gái của tôi. Ngay khi bà ta bước vào, tôi biết bà ta là ai. Bà ta đến vào khoảng 12 giờ trưa khi cả khu vực vắng vẻ hơn. Bà ta ngồi xuống và nói: "Ngươi có thể đến nhà thờ của ngươi, tin bất cứ điều gì ngươi muốn tin, nhưng nếu ngươi không tiết lộ ta, ta sẽ cho ngươi bất cứ thứ gì ngươi cần trong cuộc đời này." Tôi không biết Kinh Thánh nên chỉ lắng nghe và quan sát bà ấy nói. Bà ấy nài nỉ và cố gắng thuyết phục tôi quay lại với bà. Tôi không hề nói có hay không với bà ấy. Bà ấy đứng dậy, bước vào xe và lái đi.

*[Lời bình: **Kẻ thù mặc cả để được im lặng. Ê-phê-sô 5:11 —" chớ có sự thông công... mà hãy vạch trần."**]*

Khoảng hai lần, vợ của chú tôi đã tiếp bà ấy mà không biết bà ấy là ai, và tôi cũng chưa bao giờ nói với vợ của chú tôi người phụ nữ đó là ai. Trong lần đến thăm cuối cùng, bà ấy đã thay đổi cách tiếp cận. Lần này, bà ấy cảnh cáo tôi một cách nghiêm khắc, nói rằng trong những lần đến thăm trước, bà ấy đã cố gắng thuyết phục tôi quay lại nhưng tôi rất cứng đầu, và đây là lần cuối cùng bà ấy đến. Nếu tôi vẫn từ chối quay lại, bà ấy sẽ đến gặp tôi vào tháng Tám và sẽ giết tôi, hoặc làm tôi biến dạng, hoặc khiến tôi trở nên nghèo khổ. Nói xong, bà ấy bỏ đi.

*[Lời bình: **Sự đe dọa leo thang khi thuyết phục thất bại. Ê-sai 54:17 là tấm khiên – hãy đứng vững.**]*

Tôi rất sợ hãi, nên một ngày nọ tôi đến nhà thờ và gọi một người anh em. Tôi kể cho anh ấy nghe những vấn đề của mình và những quan sát của tôi về một số thành viên trong nhà thờ, v.v. Người anh em này đã cho tôi địa chỉ văn phòng của Hội Liên Hiệp Kinh Thánh (SU) và nói với tôi: "Ở đó bạn sẽ tìm thấy sự giúp đỡ." Tình cờ đó là ngày cuối cùng tôi gặp người "anh em" này. Cho đến nay, tôi chưa bao giờ gặp lại anh ấy ở bất cứ đâu tại Port Harcourt. Tôi cầm lấy địa chỉ và ngày hôm sau, bắt taxi đến số 108 đường Bonny, nơi có văn phòng và gặp người đánh máy, người đã đưa cho tôi chương trình hoạt động hàng quý của Nhóm Hành hương Rumuomasi thuộc Hội Liên Hiệp Kinh Thánh , vì đó là nhóm gần tôi nhất. Cô ấy nói: "Hãy đến vào Chủ nhật!" Tôi đã có mặt tại Trung tâm Sinh hoạt - Trường Tiểu học St. Michael, Rumuomasi - lúc 2 giờ chiều, mà không biết rằng buổi sinh hoạt bắt đầu lúc 3 giờ chiều, nhưng tôi đã gặp nhóm cầu nguyện, vì vậy tôi đã tham gia cùng họ.

*[Bình luận: **Chúa thường hướng dẫn bằng những bước đơn giản - hãy tìm một cộng đồng cầu nguyện, tập trung vào Lời Chúa và hòa nhập vào đó.**]*

Ít nhất tôi sẽ thoát khỏi mọi sự hỗn loạn và cũng sẽ dạy cho chú tôi một bài học mà chú ấy sẽ không bao giờ quên suốt đời. Mặc dù đã đưa ra quyết định, tôi vẫn có hai nỗi sợ hãi lớn trong lòng:

1. Trong quá trình cải đạo, Chúa đã nói rõ với tôi: "Đây là cơ hội cuối cùng của con." Việc tôi quay trở lại xã hội có thể đồng nghĩa với cái

chết, không chỉ là cái chết về thể xác mà còn là cái chết về tâm linh.

2. Nếu tôi cứ ở trong Chúa, chú tôi sẽ đe dọa giết tôi.
   Tôi rất bối rối và cần sự giúp đỡ. Tôi không hiểu Lời Chúa và chưa bao giờ biết Lời Chúa nói gì về những điều trên. Kính thưa độc giả, bạn sẽ nhận ra ở đây rằng tôi đã có tất cả những sự bối rối này vì thiếu sự theo dõi khi còn là một người mới tin Chúa. Việc theo dõi những người mới tin Chúa rất quan trọng và các Cơ Đốc nhân nên coi trọng điều này. Nếu bạn biết mình không thể theo dõi những người mình đã tin, xin đừng đi rao giảng. Chúa Giê-su Christ đã nhấn mạnh điều này ba lần khi Ngài hỏi Phi-e-rơ: "Si-môn, con trai của Giô-na, ngươi có yêu Ta hơn những người này không?... Hãy chăn chiên con của Ta." Nhiều người mới tin Chúa sa ngã vì thiếu sự theo dõi đúng cách. Nếu bạn yêu Chúa Giê-su, hãy chăm sóc chiên con của Ngài!
   *[Lời bình luận: **Lời khuyên mạnh mẽ dành cho các hội thánh: việc truyền giáo phải đi đôi với việc môn đồ hóa (Giăng 21:15-17).]***

Sau buổi thông công hôm đó, tôi biết đây là nơi phù hợp với mình. Chúa đã ban cho tôi một người phụ nữ Cơ Đốc, người mà tôi coi như mẹ, người đã quan tâm giải thích Lời Chúa cho tôi và khuyên bảo tôi. Các anh chị em trong hội thánh cũng rất quan tâm và chăm sóc tôi. Tôi cảm nhận được tình yêu thương chân thành. Đức Thánh Linh bắt đầu ban cho tôi sự hiểu biết về Lời Chúa và đức tin của tôi lớn mạnh. Nhưng Nữ hoàng Bờ biển đã không xuất hiện như lời đe dọa của bà ta. Thi thiên 91, sự bảo vệ của Chúa, đã được ứng nghiệm trong cuộc đời tôi. Ê-sai 54:17: "Không một vũ khí nào chế tạo chống lại ngươi sẽ thành công; và mọi lưỡi nào dấy lên chống lại ngươi trong sự xét đoán, ngươi sẽ lên án. Đó là cơ nghiệp của các tôi tớ Chúa, và sự công chính của họ đến từ ta, Chúa phán vậy." Điều này cũng đã được ứng nghiệm.

*[Bình luận: **Cộng đồng gắn bó + Kinh Thánh = sự bảo vệ và tăng trưởng. Chúa giữ lời hứa của Ngài.]***

Tháng 9 năm 1985, tôi nhận được tin nhắn rằng tên tôi xuất hiện với tư cách là nhà phân phối của Công ty Xi măng Silver Brand, Lagos và tôi được yêu cầu đến văn phòng vào ngày 27/9/1985. Tôi rời Port Harcourt vào ngày 26/9/1985 và đến Lagos vào đêm hôm đó. Sáng hôm sau, ngày 27/9/1985, tôi đến văn phòng và được Trưởng phòng Nhân sự thông báo rằng việc phân công cho tôi đã được giao cho người khác. Ông ấy yêu cầu tôi quay lại vào ngày hôm sau,

28/9/1985, để gặp Giám đốc Điều hành. Trên đường về nhà, khi đi qua một con đường nhỏ, có người từ phía sau bất ngờ túm lấy tôi và cố gắng bóp nghẹt tôi, tức là bịt mũi và miệng tôi lại. Tôi vùng vẫy để giành giật sự sống và mặc dù có người đi ngang qua nhưng không ai đến giúp tôi, nhưng Chúa đã can thiệp. Trong khi tôi vẫn đang giằng co với đôi tay đó , tôi nghe thấy bà ta hét lên và đẩy tôi ra, nói: "Người nào đằng sau cô vậy?" Bà ta lặp lại lần thứ hai rồi biến mất. Từ giọng nói, tôi biết đó là một người phụ nữ nhưng không bao giờ nhìn thấy bà ta là ai. Tôi choáng váng và loạng choạng về đến căn hộ của mình.

*[Lời bình: **Sự can thiệp của thiên thần là có thật (Thi thiên 34:7). Áp lực kinh tế cộng với hành hung thể xác thường đi kèm với nhau.**]*

Lần này, chủ nhà của tôi lại rất tức giận và nói: "Sao anh lại bỏ trốn với tiền thuê nhà của tôi?" Tôi van xin ông ấy và cố gắng giải thích rằng hiện tại tôi không có việc làm và sẽ trả hết tiền cho ông ấy ngay khi có tiền. Với thái độ đồng ý của ông ấy, tôi nghĩ rằng vấn đề đã được giải quyết. Ngày hôm sau, 28/ 9/1985, tôi quay lại văn phòng và gặp Giám đốc điều hành, người đã xin lỗi vì đã giao phần nhà ở của tôi cho người khác. Trong khi ông ấy vẫn đang nói, một người đàn ông trẻ bước vào và hỏi tôi: "Anh không phải là Emmanuel sao?" Tôi nói: "Vâng, tôi là Emmanuel." Anh ta nói: "Phải, cuối cùng chúng tôi cũng bắt được anh rồi! Anh đã chạy trốn xong chưa? Chúng tôi đã đến Port Harcourt nhiều lần và thấy rằng anh luôn ở cùng với người mẹ tinh thần của mình. Bà ta là một trở ngại đối với chúng tôi và bây giờ anh đã đến Lagos, chúng tôi đã bắt được anh! Anh không bao giờ có thể quay lại Port Harcourt nữa. Chính tôi là người đã lấy phần nhà ở của anh." Tôi thách thức anh ta và nói: "Các người không thể làm gì được!" Giám đốc điều hành ngạc nhiên trước những gì đang xảy ra trong văn phòng của mình. Tôi xin phép và rời đi về căn hộ.

*[Lời bình: **Kẻ thù nhắm vào "vỏ bọc" (những người mẹ/cha tinh thần). Hãy giữ kết nối; đừng cô lập bản thân.**]*

Vài phút sau, tôi nghe thấy tiếng gõ cửa và Nina bước vào. Cô ấy hỏi tôi có định quay lại Port Harcourt không. Tôi trả lời là có. Cô ấy nài nỉ tôi quay lại với họ và nói rằng những công việc mà tôi được đào tạo bài bản vẫn chưa hoàn thành: KOTIPARI (trong tiếng Yoruba). Tôi đã được đào tạo:

- Chịu trách nhiệm quản lý các đặc vụ của thế lực ma quỷ.
- Chịu trách nhiệm điều hành "phòng điều khiển trên biển", theo dõi các diễn biến trên thế giới, gửi và nhận tín hiệu, huy động lực lượng,

v.v.

- Được ở bên cạnh Nữ hoàng vùng biển. Điều này không chỉ bao gồm các nghi lễ, lễ vật, việc thực hiện các nhiệm vụ đặc biệt do bà giao phó, mà còn cả những điều khác khó giải thích.
- Với sự trợ giúp của các thế lực bóng tối, họ thành lập các hội kín mới, thoạt nhìn có vẻ vô hại để thu hút giới trẻ và nhiều người đi nhà thờ hơn.

Bà ta nói rằng nếu tôi đi theo bà ta, tôi sẽ được thăng chức gấp đôi và nhận được nhiều phước lành. Bà ta thú nhận rằng họ chịu trách nhiệm về việc tài sản của tôi bị tịch thu và đánh cắp, cũng như xúi giục chú tôi phá hủy tòa nhà của tôi và đe dọa tính mạng tôi. Rằng nếu tôi từ chối đi theo bà ta, họ sẽ làm nhiều hơn nữa và đảm bảo rằng tôi sẽ không thành công. Rằng họ đã quyết định chống lại mẹ tinh thần của tôi: "Nếu chúng ta bắt được bà ấy, chúng ta sẽ bắt được anh", bà ta nói. Nghe vậy, tôi bắt đầu thuyết giảng cho bà ta nghe. Bà ta đứng dậy và nói: "Họ đang lừa anh", rồi bỏ đi. Việc này diễn ra vào tối ngày 28/9/1985.

*[Chú thích: **Gói cám dỗ + đe dọa: đề nghị thăng chức, đe dọa nguồn cung cấp và nhắm vào người hướng dẫn.**]*

Chưa đầy mười lăm phút sau khi cô ấy rời đi, tôi nghe thấy tiếng gõ cửa lần nữa. Lần này là bốn người đàn ông. Họ ra hiệu cho tôi ra ngoài và tôi thấy mình đi theo họ. Chúng tôi đi đến gần khoảng hai cột nhà và một người trong số họ hỏi tôi: "Anh có quen chúng tôi không?" Tôi nói không. Anh ta tiếp tục: "Chúng tôi được chủ nhà của anh thuê để giết anh." Trong khi anh ta vẫn đang nói, một người trong số họ rút súng ra và một người khác rút dao găm ra. Tôi không có khả năng tự vệ và biết rằng họ sẽ giết tôi, nhưng Chúa bằng cách siêu nhiên của Ngài đã làm một phép lạ khiến cả tôi và họ đều ngạc nhiên. Người đàn ông cầm súng bắn vào tôi nhưng không có tiếng động. Người đàn ông cầm dao găm dùng nó cứa vào lưng tôi nhưng nó không xuyên qua mà chỉ nghe như tiếng dùng gậy đánh vào người. Họ cũng sợ hãi như tôi. Thánh Linh của Chúa ngự trên tôi và tôi bắt đầu rao giảng. Ba người trong số họ bỏ chạy, nhưng người đàn ông thứ tư suy sụp và bắt đầu khóc lóc, cầu xin tôi cầu nguyện cho anh ta. Lúc đó tôi thậm chí không biết phải cầu nguyện điều gì mà chỉ nói: "Lạy Chúa, xin tha thứ, quên đi và khoan dung cho anh ấy. Amen!" Anh ấy đã tin nhận Chúa Kitô nên tôi đưa anh ấy đến một nhà thờ Ngũ Tuần và kể lại chuyện đã xảy ra cho mục sư. Tôi giao anh ấy cho mục sư rồi rời đi. Khi tôi bước vào nhà, chủ nhà chạy ra , quỳ xuống van xin và nói: "Xin hãy tha thứ cho tôi. Tôi tưởng anh bỏ trốn đến Port Harcourt vì tiền của tôi (1.000 Naira)." Tôi tha thứ cho ông ấy và cuối cùng chúng tôi đồng ý trả tiền theo từng đợt.

*[Lời bình: **Ê-sai 54:17 được thể hiện trong thực tế. Chúa biến những sự tấn công thành những khoảnh khắc cứu rỗi; sự tha thứ đóng cánh cửa báo thù.**]*

Đêm đó, khoảng 2 giờ sáng, Chúa đánh thức tôi dậy. Tôi không biết tại sao mình tỉnh giấc nên đi ra phòng khách và thấy một con rùa lớn đang đối diện với mình. Ngay lập tức, tôi nhớ lại bài học Kinh Thánh chúng tôi đã học ở Port Harcourt, về sức mạnh của Lời Chúa. Tôi liền nói những lời này: "Hỡi rùa, từ khi ta sinh ra, nhà của rùa hoặc là ở bụi rậm hoặc là ở biển, nhưng ngươi đã vào nhà ta trong khi cửa sổ và cửa ra vào đều khóa, ngươi đã phạm tội, và vì điều này ngươi phải chết." Ngay khi tôi nói xong, nó biến mất. Tôi quay lại phòng và ngủ tiếp. Lần thứ hai, tôi lại tỉnh giấc và nghe thấy tiếng động trong phòng khách. Tôi đi ra và thấy một con kền kền trông rất đáng sợ đang đứng trước mặt mình. Tôi lặp lại những lời tương tự và ngay khi tôi nói: "Vì đã phạm tội này ngươi phải chết," nó cũng biến mất. Trong chuyến đi Lagos này, tôi đã thấy được lòng tốt, sự vĩ đại và sự trung tín của Chúa.

*[Lời bình luận: **Quyền uy được nói ra và phù hợp với Kinh Thánh rất quan trọng (Ma-thi-ơ 4:10-11; Gióp 22:28).**]*

Sáng hôm sau, ngày 29/9/1985, tôi bắt một chiếc xe buýt hạng sang đến Port Harcourt. Đến Ore, xe buýt đâm vào một cái cây. Xe bị hư hỏng nhưng không ai bị thương. Tài xế kéo xe ra đường và khi lái tiếp, xe bắt đầu loạng choạng từ bên này sang bên kia đường. Tôi nhớ lại lời đe dọa của NINA, nên tôi đứng dậy trên xe, giảng đạo cho hành khách và kết luận bằng cách nói: "Chính vì tôi mà những tai nạn này xảy ra. Nhưng từ nay trở đi, sẽ không còn tai nạn nào nữa cho đến khi chúng ta đến Port Harcourt, nhân danh Chúa Giê-su!" Và tôi ngồi xuống. Thực ra, khi ngồi xuống, tôi tự hỏi về những gì mình đã nói. Và quả thật là như vậy . Chiếc xe chạy êm ái đến Port Harcourt. Không còn tai nạn hay hỏng hóc nữa. Kinh Thánh nói đúng: "Này, chúng chắc chắn sẽ tụ họp lại, nhưng không phải bởi Ta; ai tụ họp lại chống lại ngươi thì sẽ sa ngã vì cớ ngươi" (Ê-sai 54:15). Họ (Nữ hoàng vùng duyên hải và các thuộc hạ của bà) đã cố gắng, nhưng vì sự tụ họp của họ không phải vì Chúa mà là chống lại Con Ngài, nên tất cả đều vấp ngã và sa xuống. "Khi kẻ thù đến như nước lũ, Thần của Đức Chúa Trời sẽ giương cao ngọn cờ chống lại hắn" (Ê-sai 59:19). Tôi dâng lên Đức Chúa Trời mọi vinh quang vì Ngài đã tỏ ra mạnh mẽ vì tôi.

*[Lời bình luận: **Lời tuyên xưng đức tin dưới quyền năng của Chúa Kitô có thể ổn định cuộc khủng hoảng (Mác 11:23). Lời tán tụng cuối cùng khẳng định chiến thắng.]***

Cẩm nang thực địa: Sống khỏe sau khi được giải thoát

- **Thuộc về:** Gắn bó với một hội thánh theo tinh thần Lời Chúa và Thánh Linh; tìm kiếm sự hướng dẫn từ người cố vấn.
- **Xây dựng thói quen:** Đọc Kinh Thánh mỗi ngày + cầu nguyện (nói to); nhịn ăn định kỳ.
- **Phá bỏ:** Từ bỏ mọi giao ước cũ; phá hủy các vật phẩm ma thuật (Công vụ 19:19).
- **Giới hạn:** Không có thỏa thuận bí mật; tuyệt đối không liên lạc với "bạn bè" theo chủ nghĩa huyền bí.
- **Trận chiến:** Hãy dùng lời xưng tội, sự hiệp thông và lời cầu nguyện đầy quyền năng (Ê-phê-sô 6:10–18).
- **Hãy làm chứng:** Hãy chia sẻ lời chứng của bạn một cách khôn ngoan; điều đó sẽ làm vô hiệu hóa những lời buộc tội (Khải Huyền 12:11).

Lời cầu nguyện bảo vệ và kiên trì

LẠY CHÚA GIÊ-SU, NGÀI là Người Chăn Chiên của con. Con nghe tiếng Ngài và vâng theo Ngài. Con từ bỏ mọi lời đe dọa, sự mặc cả và sự hăm dọa của bóng tối. Xin hãy bao bọc con bằng lửa của Ngài, sai các thiên sứ đi theo con đường của con, và giữ con vững vàng trong Lời Ngài và cộng đồng của Ngài. Không một vũ khí nào chống lại con sẽ thành công. Con ở trong tay Ngài—bây giờ và mãi mãi. Amen. *(Giăng 10:27-28; Ê-sai 54:17; Thi Thiên 91)*

Chương 7: Hoạt động của các tay sai của Satan

« Hãy mặc lấy toàn bộ áo giáp của Đức Chúa Trời, để anh em có thể đứng vững chống lại mưu kế của ma quỷ.

Vì chúng ta chiến đấu không phải chống lại xác thịt và huyết, nhưng chống lại các quyền lực, chống lại các thế lực, chống lại những kẻ cai trị bóng tối của thế gian này, chống lại sự gian ác thuộc linh ở những nơi cao» — *Ê-phê-sơ 6:11-12*

Cuốn sách này sẽ không trọn vẹn nếu không vạch trần những phương thức hoạt động khác nhau của các thế lực này. Điều quan trọng

nữa là phải vạch trần những hình thức khác nhau mà chúng thể hiện. *[Lời bình: **Mục đích của việc vạch trần không phải là để tôn vinh bóng tối, mà là để trang bị cho các tín đồ sự phân biệt (2 Cô-rinh-tô 2:11).]***

Một điều rõ ràng là, ma quỷ sẽ hoặc khuyến khích bạn tin rằng nó chỉ là một huyền thoại hay những ý nghĩ xấu xa đơn thuần, hoặc sẽ khiến bạn nhìn thấy nhiều hơn về quyền năng của nó và ít hơn về quyền năng của Đức Chúa Trời. Trong khi Kinh Thánh nói: "Chúng ta chiến đấu không phải chống lại xác thịt và huyết, nhưng chống lại các quyền lực, chống lại các thế lực, chống lại những kẻ cai trị bóng tối của thế gian này, chống lại sự gian ác thuộc linh ở những nơi cao", Kinh Thánh cũng nói rằng vũ khí của người Cơ Đốc chống lại ma quỷ và các tay sai của nó "không phải là vũ khí xác thịt, nhưng là vũ khí mạnh mẽ nhờ Đức Chúa Trời để phá đổ các thành trì, đánh đổ các tư tưởng và mọi sự cao ngạo chống lại sự hiểu biết về Đức Chúa Trời, và bắt mọi tư tưởng phải phục tùng Đấng Christ" (2 Cô-rinh-tô 10:4-5).

*[Bình luận: **Cuộc chiến của người Cơ Đốc là cuộc chiến thuộc linh, được chiến đấu bằng lẽ thật, sự vâng phục và quyền năng của Đấng Christ—chứ không phải bằng sự sợ hãi.]***

lại một lần nữa khẳng định rõ ràng: "Vì mục đích này mà Con Đức Chúa Trời đã hiện ra, để Ngài phá hủy công việc của ma quỷ" (1 Giăng 3:8). Và sau khi đã đánh bại các thế lực và quyền lực, Chúa Giê-su đã công khai phô bày chúng, chiến thắng chúng.

*[Lời bình: **Chiến thắng của Đấng Christ đã hoàn tất; cuộc chiến đấu của chúng ta củng cố công việc đã hoàn thành của Ngài (Cô-lô-si 2:15).]***

Kinh Thánh chép rằng: "Ngươi bị mắc bẫy bởi lời nói của miệng mình, ngươi bị bắt bởi lời nói của miệng mình" (Châm ngôn 6:2). Vì vậy, con cái Chúa phải cẩn thận tuyên xưng Lời Chúa, điều mà Chúa đã hứa sẽ mau chóng thực hiện.

Có ba lời tuyên xưng được nêu trong Lời Chúa:

1. Lời tuyên xưng về quyền tối cao của Chúa Kitô.
2. Tuyên xưng đức tin vào Ngôi Lời, vào Chúa Kitô và vào Thiên Chúa Cha.
3. Xưng tội.

   *[Lời bình: **Xưng tội không chỉ là sự ăn năn—mà còn là sự hòa hợp với chân lý thiêng liêng (Rô-ma 10:9-10).]***

Khi nghe từ "xưng tội", chúng ta thường nghĩ ngay đến tội lỗi. Định nghĩa trong từ điển về xưng tội là:

1. Khẳng định điều mà chúng ta tin tưởng.
2. Xác nhận những điều mà chúng ta biết.
3. Làm chứng cho một lẽ thật mà chúng ta đã đón nhận.

   Vì vậy, thật đáng tiếc khi mỗi khi chúng ta dùng từ "xưng tội", một số người lại nghĩ đến tội lỗi. Tác giả ở đây đang khuyến khích con cái Chúa hãy bắt đầu ngay hôm nay xưng nhận những gì Chúa đã phán. Anh em là những người đã chết trong tội lỗi, nhưng Đức Chúa Trời đã ban sự sống cho anh em cùng với Đấng Christ, và Ngài đã cùng anh em sống lại và đặt anh em ngồi ở những nơi trên trời (cao hơn các quyền lực và thế lực) trong Đấng Christ Giê-su. Vì vậy, các tín đồ cần nhận ra vị trí của mình. Họ cần biết rằng họ đang hoạt động từ vị trí cao đó, trên cả Sa-tan và các tay sai của hắn.

   *[Lời bình: **Cuộc chiến của người tin Chúa bắt đầu từ*** **chiến thắng ở**

trên cao ***, chứ không phải là sự đấu tranh ở dưới thấp (Ê-phê-sô 2:6).]***

Chúa Giê-su Christ đã ban cho anh em mọi quyền năng và thẩm quyền, cũng như Ngài đã ban cho anh em mọi điều thuộc về sự sống và sự thánh khiết (2 Phi-e-rơ 1:3). Đức Chúa Trời không bao giờ muốn hoàn cảnh chi phối con cái Ngài, mà là Lời Chúa từ miệng người Cơ Đốc nhân mới là điều chi phối hoàn cảnh của họ. Đức Chúa Trời phán trong Giê-rê-mi 23:29 rằng: "Lời ta há chẳng như lửa sao? Phán Đức Giê-hô-va; và như búa đập vỡ đá ra từng mảnh sao?" Các tín đồ Cơ Đốc, ý tôi là những người được tái sinh, nên nhận ra rằng khi danh Chúa Giê-su được xướng lên, điều phát ra từ miệng họ là lửa.

[Bình luận: ***Giê-rê-mi 23:29 cho thấy sức mạnh của lời tiên tri—chính Lời Chúa mang sức mạnh.]***

Khi một người Cơ Đốc đứng vững trên quyền năng được Chúa Kitô ban cho và ra lệnh nhân danh Chúa Giê-su , lửa sẽ tuôn ra từ miệng người đó và bất kỳ ma quỷ nào đang điều khiển hoàn cảnh đều phải vâng phục. Chúa Giê-su vẫn sống đến ngày nay để đảm bảo rằng mọi lời Ngài phán đều được ứng nghiệm. Một lần nữa, tôi muốn nhấn mạnh một sự thật quan trọng mà nhiều người Cơ Đốc bỏ qua, và đó là điều mà Sa-tan đang lợi dụng.

Sau khi Phi-e-rơ chỉ cho Ngài thấy cây vả khô bị Chúa nguyền rủa, Chúa Giê-su phán:

(Lời tường thuật của Ma-thi-ơ)

"Quả thật, ta nói cùng các ngươi, nếu các ngươi có đức tin và không nghi ngờ, thì các ngươi không những sẽ làm được điều đã làm cho cây vả ấy, mà nếu các ngươi nói với núi này rằng: Hãy dời đi và hãy ném xuống biển, thì điều đó sẽ được! Và mọi sự các ngươi cầu xin trong lời cầu nguyện, nếu tin, thì các ngươi sẽ được" (Ma-thi-ơ 21:21-22).

(Theo tường thuật của Mác)

"Hãy có đức tin nơi Đức Chúa Trời. Vì quả thật, ta nói cùng các ngươi, ai nói với núi này rằng: Hãy dời đi và hãy ném xuống biển, mà không nghi ngờ trong lòng, nhưng tin rằng điều mình nói sẽ xảy ra, thì điều đó sẽ được xảy ra" (Mác 11:22-23).

Ở đây, Chúa chỉ cho chúng ta thấy sức mạnh của lời nói và cũng khuyến khích người Cơ Đốc phải cụ thể trong lời cầu nguyện và trong việc thi hành quyền năng của mình. Một số người Cơ Đốc cầu xin núi dời đi nhưng không nói cho núi biết phải đi đâu. Chúa Giê-su phán: "Nếu các ngươi nói với núi rằng: 'Hãy dời đi và hãy ném xuống biển...'"

*[Lời bình: **Sự chính xác trong lời cầu nguyện và quyền năng rất quan trọng – Chúa Giê-su đã nêu gương về sự cụ thể.**]*

Ví dụ, hãy xem xét trường hợp trừ tà. Một số Cơ Đốc nhân trói buộc và đuổi quỷ mà không gửi chúng đến những nơi cụ thể. Điều này rất nguy hiểm. Khi bạn trói buộc một con quỷ , nó sẽ bị trói buộc. Nếu bạn đuổi nó ra mà không gửi nó đến một nơi cụ thể, nó sẽ vẫn ở trong khu vực đó. Nếu con quỷ chỉ bị đuổi ra khỏi một người, sau đó nó có thể quay lại hoặc nhập vào bất kỳ ai xung quanh không phải là Cơ Đốc nhân. Vì vậy, Cơ Đốc nhân nên cẩn thận khi đối phó với ma quỷ. Hãy chắc chắn rằng con quỷ đã được trói buộc, đuổi ra và gửi đến một nơi cụ thể (và cấm nó nhập lại).

*[Ghi chú: **Việc giải thoát nên được thực hiện dưới sự hướng dẫn của Thánh Linh, không phải theo công thức; cần có thẩm quyền và sự phân định.**]*

Một số người Cơ Đốc khi cầu nguyện thường nói: "Tôi bắt giữ các quỷ dữ nhân danh Chúa Giê-su." Trong thế giới tâm linh, bạn thực sự thấy những con quỷ đứng thẳng chờ đợi mệnh lệnh tiếp theo. Nhưng nếu người Cơ Đốc dừng lại ở điểm đó, họ đã không giúp được nạn nhân. Đừng đùa giỡn với ma quỷ. Bạn không được đùa giỡn với kẻ thù của mình. Chúa đã sai bạn đi làm nhiệm vụ giải thoát và hòa giải (hòa giải con người với Chúa). Vì vậy , bạn phải cẩn thận để làm việc một cách triệt để.

*[Bình luận: **Quyền năng thuộc linh phải đi kèm với sự hoàn thành—sự vâng lời nửa vời sẽ để lại những sơ hở.**]*

Tôi nhắc lại, khi bạn trói buộc một con quỷ, nó sẽ bị trói buộc. Khi bạn đuổi nó đến bất kỳ nơi nào, điều đó cũng sẽ xảy ra. Chừng nào bạn không dính líu đến tội lỗi mà sống theo ý muốn của Chúa, thì bất kỳ mệnh lệnh nào bạn đưa ra cho ma quỷ hoặc tay sai của nó nhân danh Chúa Giê-su đều phải được tuân theo. Chúa đã hứa sẽ thực hiện mọi lời Ngài phán. Khi chúng ta bước sang giai đoạn tiếp theo, sự biểu hiện của Sa-tan và tay sai của nó, tôi muốn các bạn ghi nhớ những đoạn Kinh Thánh sau:

1. "Anh em được trọn vẹn trong Đấng là đầu của mọi quyền cai trị và thế lực" (Cô-lô-si 2:10).
2. "Này, ta ban cho các ngươi quyền giẫm đạp rắn và bọ cạp, trên mọi quyền lực của kẻ thù, và không điều gì có thể làm hại các ngươi được."

(Lu-ca 10:19)

3. "Này, chúng chắc chắn sẽ tụ họp lại, nhưng không phải bởi ta. Bất cứ ai tụ họp lại chống lại ngươi sẽ ngã xuống vì ngươi. Không một vũ khí nào chế tạo chống lại ngươi sẽ thành công; và mọi lưỡi nào dấy lên chống lại ngươi trong sự phán xét, ngươi sẽ lên án. Đây là phần thừa kế của các tôi tớ Chúa, và sự công chính của họ đến từ ta."
*[Lời bình: **Ba câu này tạo thành tín điều chiến đấu hằng ngày của người tin Chúa—bản sắc, quyền năng và sự bảo vệ.**]*

Tôi muốn cho các bạn thấy trong cuốn sách này rằng những thế lực tà ác này chủ yếu hoạt động ở nhà thờ, chợ búa, nghĩa trang, rừng rậm, khách sạn, biển và không trung.

Trong các nhà thờ

NGÀY NAY CHÚNG TA CHỨNG kiến nhiều người bị quỷ ám trong các hội thánh. Một số nói tiếng lạ và thậm chí nói tiên tri. Chỉ những người có Thánh Linh của Đức Chúa Trời mới có thể phân biệt được những người này. Nhưng ở đây chúng ta đang bàn về những tay sai của Sa-tan trong các hội thánh. Một lần nữa, chúng ta không bàn về các thành viên của các giáo phái bí mật trong hội thánh (một số thậm chí còn là lãnh đạo), chúng ta biết họ ở đó. Điều tôi đang nói đến là những người đến với tư cách là tay sai của Sa-tan:

1. Gây ra tranh cãi và hỗn loạn trong các nhà thờ.
2. Để phân tán các nhà thờ.
3. Để khiến đàn ông và phụ nữ ngủ gật trong khi bài giảng đang diễn ra.
4. Gây ra nhiều sự xao nhãng khác nhau trong khi chương trình đang diễn ra.
5. Để giành được linh hồn cho Sa-tan.
*[Lời bình: **Sự phân biệt và sự thánh thiện bảo vệ hội thánh tốt hơn là sự ồn ào hay nghi ngờ. 1 Giăng 4:1–4.**]*

Vì tôi đã nói một vài điều về vấn đề trên trong chương ba, nên tôi chỉ xin chia sẻ với các bạn một vài bằng chứng về những gì đã xảy ra trong thời gian gần đây. Người Cơ Đốc nên tuân giữ mọi lời của Chúa Giê-su Christ, bởi vì khi họ bất tuân hoặc thỏa hiệp, họ dễ dàng sa ngã trước những mưu đồ nhỏ nhất của Sa-tan hoặc tay sai của hắn. Người Cơ Đốc đã được kêu gọi ra khỏi bóng tối để bước vào ánh sáng kỳ diệu của Đức Chúa Trời. Người Cư Dốc đã được kêu gọi hoàn toàn tách biệt khỏi thế gian và những gì thế gian cung cấp. Kinh Thánh chép rằng: "Hãy ra khỏi giữa họ và nên tách biệt khỏi họ" (2 Cô-rinh-tô 6:17).

(Lời chứng của Chị J)

Có một chị tên là chị J (giấu tên). Chị ấy đã được tái sinh và là thành viên chính thức của một trong những nhà thờ "sống". Sau đó, chị ấy chuyển tư cách thành viên sang giáo phái của tôi. Chị ấy tham gia tất cả các hoạt động trong nhà thờ và rất tích cực. Nhưng đến một lúc nào đó, tính cách của chị ấy trở nên đáng ngờ. Vì vậy, một vài người trong chúng tôi quyết định đến thăm nhà chị ấy để tìm hiểu xem điều gì thực sự đang xảy ra với chị ấy. Trong khi phỏng vấn chị ấy, các tà linh trong chị ấy bị kích động và bắt đầu biểu hiện, rồi nói với chúng tôi rằng chị ấy là tay sai của chúng trong nhà thờ. Những con quỷ này đã bị đuổi ra khỏi chị ấy và chị ấy đã được giải thoát. "Chị ơi, tại sao chị lại là tay sai của Sa-tan, trong khi vẫn là thành viên chính thức của nhà thờ?" chúng tôi hỏi.

Những gì chị ấy nói với chúng tôi như sau:

Mọi chuyện bắt đầu vào một ngày nọ, sau buổi lễ Chủ nhật, một "chị" (một tín đồ nữ của Chúa Kitô, theo như chị ấy nghĩ) đến gặp chị ấy và bày tỏ mong muốn được gần gũi với chị ấy vì, theo lời "chị" này, bà ta ngưỡng mộ đời sống Kitô giáo của chị J. Chị ấy đã chấp nhận tình bạn của bà ta mà không chút do dự. Hai người đến nhà chị J và người "chị" kia mang ra chuối và lạc, cả hai cùng ăn. Bà ta ở lại với chị J một lúc rồi sau đó rời đi.

Những chuyến thăm của bà ta trở nên thường xuyên, và mỗi lần đến thăm, bà ta đều mang theo quà cho chị J. Quà tặng đủ loại, từ váy áo, giày dép, tiền bạc, v.v. Thỉnh thoảng, bạn của chị J còn đến cùng với nhiều cô gái khác. Việc này tiếp diễn trong một thời gian và khi "chị" kia thấy rằng mình đã thành công trong việc dập tắt ánh sáng của Chúa Kitô trong chị J, bà ta đã thay đổi và bắt đầu đến thăm chị J trong cõi tâm linh. Chị J sau đó được tặng một tấm vải đỏ, một viên đá nước, một chiếc nhẫn đeo ngón chân phải và một sợi dây chuyền đeo mắt cá chân. Vì đã ăn uống no say với họ và nhận được quá nhiều từ họ, nên không còn cơ hội quay trở lại nữa. Cô ấy đã lập giao ước với họ và bắt đầu tham dự các buổi họp của họ. Cô ấy có thể biến thành rắn, dơi, v.v. Sau đó, cô ấy trở thành người đại diện của họ để thu phục linh hồn cho họ trong nhà thờ.

Tạ ơn Chúa, giờ đây cô ấy đã được giải thoát! Tất cả những ân tứ được ban cho cô ấy đều bị hủy bỏ và giờ đây cô ấy lại hạnh phúc trong Chúa.

*[Lời bình: **Lời chứng này nhấn mạnh 1 Cô-rinh-tô 15:33 —" sự giao tiếp xấu làm hư hỏng những thói quen tốt." Sự chuyển giao thuộc linh có thể xảy ra thông qua những mối quan hệ bất cẩn.**]*

Kính thưa quý độc giả, tất cả bắt đầu từ một tình bạn khác thường, và bởi vì Sơ J thiếu tinh thần sáng suốt và không tỉnh thức như Chúa đã dạy: "Hãy tỉnh thức và cầu nguyện để khỏi sa vào cám dỗ" (Mác 14:38), nên bà đã lạc lối và rơi sâu vào tay kẻ thù, và cuộc đời bà suýt nữa đã kết thúc ở địa ngục vì sự bất cẩn đó.

Bạn có thể dễ dàng nhận diện các tay sai của Sa-tan bằng những dấu hiệu sau:

- Họ đeo nhẫn ở một trong những ngón chân cái, dây chuyền quanh mắt cá chân, khuyên mũi, vòng tay lạ mắt, v.v.
- Họ có thể gia nhập một nhà thờ hoặc hội nhóm và rất nhiệt thành trong các hoạt động của nhóm hoặc nhà thờ đó, chỉ vì một tín đồ Cơ Đốc mà họ muốn nhắm đến.
  Một số người cư xử bất thường, số khác thì độc ác, v.v. Đó là lý do tại sao con cái Chúa nên cầu xin Chúa ban cho sự sáng suốt để có thể nhận ra họ ngay lập tức. Ngay khi biết bạn đã nhận ra họ, họ sẽ đảm bảo không đến gần bạn. Lý do là vì kẻ cầm đầu sẽ cảnh báo họ về bạn!

Tại các khu chợ

CHÚNG HOẠT ĐỘNG DƯỚI nhiều hình thức khác nhau ở chợ. Chợ là một trong những khu vực hoạt động chính của chúng, cũng giống như khách sạn là nơi chúng rình rập đàn ông. Ở chợ, chúng chọn nạn nhân, một số phụ nữ mang thai bị sảy thai để lấy máu cho ngân hàng máu của chúng. Một số nạn nhân khác chúng sẽ đưa về nhà để thăm viếng vào ban đêm.

*[Lời bình: **Sự che chở của người tin Chúa là huyết của Chúa Giê-su, chứ không phải sự đa nghi—hãy sống trong sự thanh khiết và mạnh dạn (Thi thiên 91).**]*

Điều này xảy ra với những người không tin! Một số sản phẩm lạ mắt được bán trên thị trường, ví dụ như vòng cổ, son môi, nước hoa, và các mặt hàng thực phẩm như cá mòi "Nữ hoàng bờ biển", v.v., có nguồn gốc kỳ lạ.

Có một số hành động mà người Cơ Đốc phải cẩn thận, vì bạn có thể thấy một người phụ nữ hoặc một người đàn ông đột nhiên chạm vào bụng hoặc bất kỳ bộ phận nào trên cơ thể bạn. Điều đó gây ra bệnh tật. Do đó, khi trải nghiệm điều này, người Cơ Đốc nên tuyên bố trong danh Chúa Giê-su, phá tan hoặc tiêu diệt kế hoạch của ma quỷ, v.v. Và chắc chắn bất cứ điều gì bạn phá tan hoặc trói buộc ở đây trên đất sẽ được như vậy. (Ma-thi-ơ 16:19, Ma-thi-ơ 18:18)

*[Bình luận: **Phản ứng quan trọng không phải là sợ hãi mà là tuyên bố: hãy dùng miệng của bạn để thực thi các ranh giới thiêng liêng.**]*

Các hoạt động văn hóa

ĐIỀU RẤT QUAN TRỌNG cần lưu ý là nhiều người bị lôi kéo vào các hoạt động của Sa-tan hoặc bị quỷ ám thông qua hầu hết các nghi lễ và điệu nhảy văn hóa này. Hầu hết các nền văn hóa của chúng ta đều hướng về ma quỷ. Một số thông qua bạn bè, số khác thông qua việc đọc một số tờ rơi hoặc tiểu thuyết. Ma quỷ lảng vảng xung quanh mọi thần tượng. Chúng hoạt động thông qua các thần tượng trong việc thực hành thờ thần tượng (Xa-cha -ri 10:2). Là một phần chắc chắn của tôn giáo, thờ thần tượng gán quyền năng thần thánh cho các tác nhân tự nhiên và tôn vinh thần thánh cho một vật thể được tạo ra (Rô-ma 1:18-22). Kinh Thánh định nghĩa thờ thần tượng là ngoại tình thuộc linh (Giê-rê-mi 3:8-10). Vì vậy, một con cái của Đức Chúa Trời không nên có bất kỳ mối liên hệ nào, trực tiếp hay gián tiếp, với việc thờ thần tượng.

Cái gọi là nhạc high life, juju và disco đều do Sa-tan và các quỷ dữ của hắn truyền cảm hứng.

*[Bình luận: **Văn hóa phải được lọc qua quyền tối cao của Chúa Kitô, không phải bị bác bỏ hoàn toàn—nhưng mọi sự thờ thần tượng đều phải bị từ bỏ.**]*

Tôi nhớ rằng, trước khi Chúa cứu rỗi tôi, trong một cuộc gặp gỡ với Sa-tan, hắn nói: "Thế gian này là của ta và ta sẽ cai trị toàn thế giới bằng quyền lực của ta, và sẽ hủy diệt tất cả những ai tin vào danh của Đấng Công Chính." Sa-tan không hề nhắc đến danh Chúa Giê-su. Nếu ai làm điều đó trước mặt hắn , người đó sẽ có nguy cơ mất mạng. Hắn hứa sẽ biến chúng ta thành tay sai, người cai trị, v.v. của hắn. Sa-tan là kẻ nói dối và quả thật là cha của sự dối trá. Hắn

cũng có kế hoạch bịt miệng các tín đồ Cơ đốc ở Nigeria bằng cách hạn chế nhập khẩu Kinh Thánh và các tài liệu Cơ đốc. Hắn hoạt động thông qua những người không tin ở các vị trí lãnh đạo và có thẩm quyền để khởi xướng các chính sách và chương trình chống Cơ đốc giáo. Hắn thiết lập các trung tâm chữa bệnh trông rất sùng đạo và thông qua đó chiếm đoạt linh hồn. Những trung tâm này thường được gọi là nhà chữa bệnh tâm linh và ở khắp mọi nơi xung quanh chúng ta. Ở đây, nhiều phép lạ giả dối được thực hiện để lừa gạt khách hàng của họ.

*[Lời bình: **Dấu hiệu giả và tâm linh giả mạo là sự bắt chước của ma quỷ—hãy thử mọi thần (1 Giăng 4:1).]***

Sa-tan rất ý thức về sự tái lâm của Chúa Giê-su Christ và liên tục thúc giục các tay sai của hắn phải nhanh chóng và hăng hái trong các hoạt động của mình, luôn nói: "Chúng ta không còn thời gian nữa." Hỡi con cái yêu dấu của Chúa, Sa-tan không ngủ, tại sao bạn lại phải ngủ?

*[Lời bình luận: **Rô-ma 13:11 —" Đã đến lúc phải tỉnh thức khỏi giấc ngủ." Sự khẩn cấp là có thật, nhưng chiến thắng của Đức Chúa Trời cũng vậy.]***

Suy ngẫm: Vững vàng trong cuộc chiến thuộc linh

NHẬN BIẾT: Sự ác là có thật, nhưng Chúa Kitô còn vĩ đại hơn (1 Giăng 4:4).

Chống lại: Hãy luôn phục tùng Đức Chúa Trời; hãy chống lại ma quỷ, và nó sẽ chạy trốn (Gia-cơ 4:7).

Đổi mới: Hãy lấp đầy miệng bạn bằng Kinh Thánh và thờ phượng, chứ không phải sợ hãi.

Kết nối: Hãy luôn vững vàng trong sự thông công được Thánh Linh dẫn dắt và dưới quyền uy của Đức Chúa Trời.

Tiết lộ: Hãy dùng sự phân định; hãy vạch trần bóng tối bằng ánh sáng, chứ không phải bằng lời buộc tội.

Nghỉ ngơi: Hãy sống từ vị trí được ngồi trong Chúa Kitô—cao hơn mọi quyền lực.

Lời cầu nguyện về áo giáp và sự phân định

LẠY CHÚA GIÊ-SU CHRIST, Ngài đã chiến thắng các thế lực và quyền lực.

Xin cho con mặc lấy áo giáp của Ngài mỗi ngày—đai lưng chân lý, áo giáp công chính, khiên đức tin, mũ bảo hiểm cứu rỗi và gươm của Thánh Linh. Xin dạy con đứng vững, phân biệt mọi sự giả dối, và dùng quyền năng của con trong tình yêu thương và khiêm nhường. Xin thức tỉnh con để cầu nguyện, tỉnh thức và tỏa sáng như ánh sáng giữa bóng tối. Nhân danh Ngài, mọi lời nói dối đều bị im lặng, mọi cạm bẫy đều bị vạch trần, và mọi quyền lực bóng tối đều bị phá vỡ. Con được giấu kín với Đấng Christ trong Đức Chúa Trời—vững vàng và chiến thắng. Amen.

(Ê-phê-sô 6:10-18; Cô-lô-si 2:15; Thi thiên 91)

Chương 8: Vũ khí của người tin Chúa

(Danh của Chúa Giê-su · Huyết của Chúa Giê-su · Lời Chúa · Lời ngợi khen của người Cơ Đốc)

«Cuối cùng, thưa anh em, hãy mạnh mẽ trong Chúa và trong quyền năng của Ngài. Hãy mặc lấy toàn bộ áo giáp của Đức Chúa Trời, để anh em có thể đứng vững chống lại mưu kế của ma quỷ.» — *Ê-phê-sơ 6:10-11*

«Và họ đã thắng hắn nhờ huyết của Chiên Con và lời chứng của họ...» — *Khải Huyền 12:11*

Tôi đã nói nhiều về điều này trước đây rồi, nhưng chỉ để đưa ra một vài ví dụ. Xin hãy hiểu rằng có QUYỀN NĂNG trong danh của Chúa Giê-su! Có quyền năng trong Huyết của Chúa Giê-su!

Kinh Thánh chép rằng:

"Khi hiện ra trong hình dạng con người, Ngài đã hạ mình xuống, vâng phục cho đến chết, thậm chí là chết trên thập tự giá. Vì vậy, Đức Chúa Trời cũng đã tôn Ngài lên rất cao, và ban cho Ngài một danh hiệu cao hơn mọi danh hiệu: để khi nhắc đến danh Giê-su, mọi đầu gối đều phải quỳ xuống, cả những vật ở trên trời, dưới đất và trong lòng đất; và mọi lưỡi đều phải xưng rằng Giê-su Christ là Chúa, để làm vinh hiển Đức Chúa Trời Cha." (Phi-líp 2:8-11)

Kinh Thánh lại nói rằng:

"Họ đã thắng hắn nhờ huyết của Chiên Con và lời chứng của họ." (Khải Huyền 12:11)

Hãy luôn luôn xưng danh "Giê-su" trên môi miệng bạn! Hai điều này, danh và huyết, làm tan tác mưu kế của Sa-tan, và thực sự phá hủy chiến lược của Sa-tan và các tay sai của hắn.

[*Chú thích:* ***Danh của Giê-su không phải là một công thức—đó là quyền năng được ban cho. Huyết không phải là mê tín—đó là sự bảo hộ của giao ước. Cả hai cùng nhau củng cố sự cứu chuộc.]***

Sức mạnh trong sự ngợi khen

THỨ HAI, BẠN PHẢI HỌC cách luôn luôn ca ngợi Chúa. Lời ca ngợi có sức mạnh.

Có một vị mục sư tên là IK (giấu tên). Ông ấy đang làm mục sư tại một nhà thờ ở Ebute Metta. Ông ấy trở thành mục tiêu của tôi và những tội lỗi của ông ấy là:

1. Ông ta đã phá vỡ sự yên bình của chúng tôi bằng cách đi thuyết giảng vào sáng sớm .
2. Ông ta mang theo chiếc loa phóng thanh và đứng ở trạm xe buýt số 2 dọc đường Akintola, Ebute Metta. Ở đó, ông ta thuyết giảng. Ông ta không chỉ dừng lại ở đó mà còn tiếp tục trừ tà, v.v.
3. Trong nhà thờ của mình, ông thường thuyết giảng, vạch trần những việc làm của bóng tối, sau đó bắt đầu thực hiện nghi thức trói buộc ma quỷ.
4. Ông ấy cầu nguyện rất nhiều.
5. Ông ấy luôn ca hát và ngợi khen Chúa.
   *[Lời bình: **Ngợi khen không phải là lời nói suông mà là cuộc chiến. Thi thiên 149 nói rằng lời ngợi khen trói buộc các vua bằng xiềng xích.]***

Tôi đã phái người đến chỗ hắn nhưng họ không thể giết hắn, vì vậy tôi quyết định tự mình thực hiện nhiệm vụ. Vào ngày đã định, tôi thấy hắn đang đi bộ dọc theo khu GRA mới.

Một điều đáng nói về vị Mục sư này là: mỗi lần chúng tôi đến tìm ông ấy, chúng tôi đều thấy những cột mây ở bên tay phải và tay trái ông ấy, đi cùng ông ấy, nên chúng cản trở chúng tôi. Nhưng hôm đó tôi không thấy gì cả, vì vậy tôi càng chắc chắn hơn rằng nhiệm vụ của mình sẽ rất thành công.

Tôi ra lệnh cho mưa rơi xuống để tôi có thể giáng sấm sét xuống hắn. Mưa bắt đầu rơi và sấm sét vang lên. Tất cả cây cối trong khu vực bắt đầu gãy cành, nhưng vị Mục sư này vẫn hát vang vui vẻ. Tôi vẫn nhớ điệp khúc:

"Nhân danh Chúa Giê-su, mọi đầu gối sẽ quỳ xuống."

Khi ông ấy tiếp tục hát điệp khúc ấy, cơn mưa tạnh, tiếng sấm cũng ngừng. Ngay lập tức xuất hiện hai thiên thần, mỗi người một bên, tay cầm thanh kiếm rực lửa. Mắt và kiếm của họ rực như ngọn lửa. Rồi một cơn gió mạnh cuốn tôi đi và tôi thấy mình đang ở một thị trấn khác! Thực ra tôi rất bối rối, nhưng vì chúng tôi đã quá chai lì, nên điều tôi nói là: "Người này lại trốn thoát rồi!"

Vị mục sư không hề biết về cuộc chiến tâm linh đang diễn ra vì lợi ích của ông. Vì vậy, bạn có thể thấy, con cái Chúa được bảo vệ rất tốt. Khi Kinh Thánh nói: *"Không điều gì có thể làm hại ngươi"*, thì điều đó có nghĩa đúng như vậy!

*[Lời bình: **Sự ngợi khen mời gọi sự hiện diện của Chúa – Thi thiên 22:3. Nơi Chúa ngự, bóng tối phải tan biến.**]*

Sức mạnh của máu

LỜI CHỨNG THỨ HAI LÀ về một người Kitô hữu đi cùng xe taxi với tôi. Anh ta rất nhiệt thành và bắt đầu phát tờ rơi Phúc Âm trong xe. Khi anh ta đưa cho tôi tờ rơi , tôi đã từ chối. Anh ta bắt đầu giảng đạo. Vì vậy, tôi cảm thấy khó chịu và đã dùng chiếc nhẫn trên ngón tay đánh vào anh ta. Đó là để giết anh ta.

Cậu bé ấy hét lên: "Máu của Chúa Giê-su!" Ngay lập tức, sấm sét, lửa và một thiên thần xuất hiện. Một cơn gió mạnh lại cuốn tôi ra khỏi taxi và vào khu rừng rậm rạp. Nếu không phải vì tôi là người được các thế lực tà ác hậu thuẫn, tôi đã có thể bị lạc trong rừng. Người Kitô hữu đó không hề biết về cuộc chiến đang diễn ra vì anh ta. Tất cả những gì anh ta biết, kể cả những hành khách khác, là tôi đã biến mất khỏi taxi!

*[Lời bình: **Máu vẫn còn lên tiếng (Hê-bơ-rơ 12:24). Phản ứng nhanh chóng của mỗi tín đồ —** **" Máu của Chúa Giê-su!"** **— kích hoạt sự bảo vệ của thiên đàng.**]*

Danh của Chúa Giê-su hoặc Huyết của Chúa Giê-su khi thốt ra từ miệng người tin sẽ phát ra lửa, v.v. Kinh Thánh nói rằng:

"Danh Chúa là một tháp vững chắc; người công chính chạy vào đó và được an toàn." (Châm ngôn 18:10)

Kính gửi độc giả, nếu bạn là con cái của Chúa, hãy nhớ rằng Chúa đã tôn vinh Lời Ngài hơn cả Danh Ngài (Thi thiên 138:2). Vì vậy, hãy tuyên xưng Lời (Lời của Đức Chúa Trời) với niềm tin rằng điều bạn nói sẽ thành hiện thực, và điều đó sẽ xảy ra. Đó là lời hứa của Chúa!

*[Lời bình luận: **Lời nói thay cho huyết và quyền năng của Danh. Cả ba – Lời, Huyết, Danh – tạo thành bộ ba chiến thắng của người tin Chúa.**]*

lại ở đây rằng bạn chỉ có thể thú nhận những gì bạn biết. Kinh Thánh dạy chúng ta hãy vui thích trong Lời Chúa, suy ngẫm Lời ấy ngày đêm (Thi thiên 1:2). Để phân định đúng Lời Chân lý, bạn phải hiểu biết Lời ấy.

"Hãy để lời của Đấng Christ ở trong anh em cách dồi dào và khôn ngoan." (Cô-lô-xi 3:16)

"Phước cho người nào không theo lời khuyên của kẻ ác, không đứng trong đường lối của kẻ tội lỗi, không ngồi chung với kẻ nhạo báng. Nhưng người ấy vui thích trong luật pháp của Chúa, và suy xét luật pháp ấy ngày đêm. Người ấy sẽ như cây trồng bên bờ sông, ra trái đúng mùa, lá không héo úa, và mọi việc người ấy làm đều thịnh vượng." (Thi thiên 1:1-3)

Hãy gắn bó với Kinh Thánh; cầu nguyện không ngừng; hãy có một tấm lòng hân hoan và đứng vững, thi hành quyền năng mà Chúa Giê-su Christ đã ban cho bạn!

*[Lời bình: **Kiến thức nuôi dưỡng quyền năng. Một tấm lòng hân hoan duy trì chiến thắng. Đây không phải là nghi lễ—mà là mối quan hệ.]***

Suy ngẫm: Bốn vũ khí của Đấng được cứu chuộc

1. DANH: Hãy tuyên xưng danh ấy—Chúa Giê-su là Chúa tể trên mọi hoàn cảnh (Phi-líp 2:9-11).

2. Huyết: Hãy áp dụng nó—lá chắn giao ước của bạn chống lại sự buộc tội và tổn hại (Khải Huyền 12:11).

3. Lời: Hãy nói ra—thanh gươm của Thánh Linh và tiêu chuẩn của lẽ thật (Ê-phê-sô 6:17).

4. Sự ngợi khen: Hãy sống theo nó—ngọn cờ chiến thắng của bạn thu hút sự hiện diện của Đức Chúa Trời (Thi Thiên 149:6-9).

Luyện tập mỗi ngày:

- Hãy bắt đầu mỗi buổi sáng bằng việc tuyên xưng Lời Chúa.
- Hãy cầu xin huyết của Chúa che chở cho gia đình bạn.
- Hãy khen ngợi trước khi cầu xin.
- Hãy dùng Danh Chúa với quyền năng, chứ đừng dùng với nỗi sợ hãi.

Lời cầu nguyện với quyền năng và sự ngợi khen

LẠY CHÚA GIÊ-SU, DANH Ngài cao hơn mọi danh.

Huyết Ngài nói lên những điều tốt đẹp hơn huyết của A-bên. Lời Ngài là sự sống, ánh sáng và lửa trong miệng con. Hôm nay con mặc lấy chiến thắng của Ngài. Nguyện mọi mưu kế đen tối bị tan tác; mọi lời buộc tội bị im lặng. Xin dạy con biết sử dụng gươm của Thánh Linh và sống trong những bài ca ngợi khen. Con chiến thắng nhờ Huyết Ngài, Lời Ngài và Danh Ngài. Cảm ơn Ngài vì các thiên sứ được sai phái và sự bình an vượt quá mọi sự hiểu biết. Con được ẩn náu trong Ngài, chiến thắng đời đời. Amen.

(Phi-líp 2:9-11; Khải Huyền 12:11; Ê-phê-sô 6:10-18; Thi Thiên 149)

Chương 9: Tiếp theo là gì?

« *Thần Linh và cô dâu cùng nói: "Hãy đến!" Ai nghe hãy nói: "Hãy đến!" Ai khát hãy đến; ai muốn thì hãy nhận lấy ơn phước nước sự sống cách miễn phí.*" — **Khải Huyền 22:17**

Sau khi đọc lời chứng này, bạn không cần thêm bất kỳ lời giảng nào nữa để dâng đời mình cho Chúa Giê-su Christ. Kinh Thánh chép rằng: "Kẻ trộm (Sa-tan) đến chỉ để ăn cắp, giết hại và phá hủy. Ta (Chúa Giê-su Christ) đến để các ngươi được sự sống, và được sự sống dồi dào hơn" (Giăng 10:10).

[**Ghi chú của biên tập viên:**] ***Sự tương phản này là có chủ ý: Sa-tan cướp đoạt/phá hủy; Chúa Giê-su ban sự sống*— ngay bây giờ *và* mãi mãi .**

Sa-tan ghét bạn và đã bày mưu nhiều cách để kéo bạn xuống địa ngục cùng hắn. Điều đó, bạn có thể làm chứng từ lời chứng này. Nếu Sa-tan hứa hẹn điều gì với bạn hoặc thậm chí tặng bạn một món quà, hãy biết rằng đó là ý đồ xấu xa. Sa-tan là kẻ nói dối và là cha của sự dối trá. (Giăng 8:44) Chúa gọi hắn là kẻ thù của bạn, vậy tại sao bạn không tin Chúa và Lời Ngài?

[**Ghi chú của biên tập viên:**] ***Mỗi "món quà" từ bóng tối đều là một cái bẫy với những xiềng xích ẩn giấu. Tự do chỉ có thể tìm thấy trong Chúa Kitô.***

Việc bạn tình cờ đọc được lời chứng này không phải là ngẫu nhiên. Hãy tự xét mình và chắc chắn rằng bạn đang ở trong Chúa Kitô. Bạn sẽ chỉ tự lừa dối bản thân nếu bạn chọn tiếp tục là một "người đi nhà thờ" và tệ hơn nữa, nếu bạn vẫn quyết định giữ thái độ thờ ơ với quyết định quan trọng nhất trong cuộc đời mình.

[**Ghi chú của biên tập viên:**] ***Đây không chỉ đơn thuần là sự tham dự; đây là lòng trung thành. Chúa Giê-su không mời những người hâm mộ—Ngài kêu gọi các môn đệ.]***

Chúng tôi khẩn cầu anh chị em nhân danh Chúa Kitô: Hãy hòa giải với Đức Chúa Trời. Nếu anh chị em chưa được cứu rỗi, nghĩa là nếu theo Lời Chúa, anh chị em chưa chấp nhận Chúa Giê-su Kitô là Chúa và Đấng Cứu

Thế cá nhân của mình, và chịu phép báp-têm bằng cách dìm mình xuống nước, chúng tôi khuyến khích anh chị em hãy làm điều đó ngay lập tức.

Ngày mai có thể đã quá muộn.

(Hê-bơ-rơ 3:15)

Suy ngẫm: Hãy đáp lại lời kêu gọi—Ngay bây giờ

- **Ân điển luôn hiện diện:** Nếu bạn cảm nhận được sự thuyết phục, *đó là* Đức Thánh Linh đang mời gọi bạn (Giăng 16:8,13).
- **Thái độ trung lập không phải là an toàn:** Trì hoãn là một quyết định; việc hoãn lại chỉ củng cố những thói quen cũ.
- **Chúa Kitô là đủ:** Huyết của Ngài xóa bỏ tội lỗi, phá vỡ giao ước với bóng tối và ban cho bạn sự sống mới (Cô-lô-si 1:13-14).

Lời cầu nguyện cứu rỗi (Nếu bạn đang hướng về Chúa Giê-su ngay bây giờ)

LẠY CHÚA GIÊ-SU KI-tô, con đến với Ngài hôm nay.

Con tin rằng Ngài đã chết vì tội lỗi con và sống lại từ cõi chết.

Con xưng nhận Ngài là Chúa và là Đấng Cứu Thế của con. Xin tha thứ cho con, thanh tẩy con bằng huyết của Ngài, và ban cho con một tấm lòng mới. Con từ bỏ Sa-tan và mọi giao ước với bóng tối. Con tiếp nhận Đức Thánh Linh và quyền năng của Ngài để sống một đời sống mới. Cảm ơn Ngài vì đã cứu chuộc con. Amen.

(Giăng 1:12; Rô-ma 10:9-10; Cô-lô-si 1:13-14)

Lời cầu nguyện từ bỏ và giải thoát (Nếu bạn từng có liên hệ với thế lực huyền bí)

NHÂN DANH CHÚA GIÊ-su Ki-tô:

Tôi từ bỏ mọi giao ước, lời thề, nghi lễ, và vật thể liên quan đến ma thuật, phù thủy, thuyết gọi hồn, thế lực biển, hội kín và bàn thờ ma quỷ. Tôi cắt đứt mọi mối ràng buộc tâm linh được hình thành thông qua những thực hành này. Tôi hủy bỏ mọi cơ sở pháp lý mà bóng tối tuyên bố thông qua huyết của Chúa Giê-su. Tôi ra lệnh cho tất cả các tà linh phải rời khỏi tôi ngay bây giờ và không bao giờ trở lại. Tôi dâng hiến thân thể, linh hồn và tâm linh của tôi cho Chúa Giê-su Ki-tô mà thôi. Amen.

(Khải Huyền 12:11; Cô-lô-si 2:14-15; Lu-ca 10:19)

Năm bước tiếp theo của bạn

1. **Hãy chịu phép báp-têm bằng nước (bằng cách dìm mình xuống nước)** — như một hành động vâng phục và công khai thể hiện sự đồng nhất với Chúa Kitô (Công vụ 2:38; Rô-ma 6:3-4).
2. **Hãy gia nhập một Hội Thánh Lời-Thánh Linh** — một cộng đồng lấy Chúa Kitô làm trung tâm, rao giảng Kinh Thánh, cầu nguyện và dạy dỗ môn đồ.
3. **Phá hủy các vật phẩm ma thuật** — sách, bùa chú, bàn thờ, nhẫn, quần áo; hãy loại bỏ và đốt chúng (Công vụ 19:19).
4. **Hãy bắt đầu một nhịp sống đơn giản mỗi ngày** — Đọc Kinh Thánh (thành tiếng), cầu nguyện, thờ phượng; ghi nhật ký về những điều Chúa bày tỏ cho bạn.
5. **Hãy chia sẻ câu chuyện của bạn với người khác** — hãy chia sẻ lời chứng của bạn một cách khôn ngoan; điều đó củng cố sự tự do của bạn và giúp đỡ người khác (Khải Huyền 12:11).

Cẩm nang thực địa: Sống khỏe sau khi được giải thoát

- **Thuộc về:** Gắn bó với một hội thánh theo tinh thần Lời Chúa và Thánh Linh; tìm kiếm sự hướng dẫn từ người cố vấn.
- **Xây dựng thói quen:** Đọc Kinh Thánh mỗi ngày + cầu nguyện (nói to); nhịn ăn định kỳ.
- **Phá bỏ:** Từ bỏ các giao ước cũ; phá hủy các vật phẩm ma thuật (Công vụ 19:19).
- **Giới hạn:** Không có thỏa thuận bí mật; tuyệt đối không liên lạc với "bạn bè" theo chủ nghĩa huyền bí.
- **Trận chiến:** Hãy dùng lời xưng tội, sự hiệp thông và lời cầu nguyện đầy quyền năng (Ê-phê-sô 6:10–18).

- **Hãy làm chứng:** Hãy chia sẻ lời chứng của bạn một cách khôn ngoan; điều đó sẽ làm vô hiệu hóa những lời buộc tội (Khải Huyền 12:11).

Lời cầu nguyện bảo vệ và kiên trì

LẠY CHÚA GIÊ-SU, NGÀI là Người Chăn Chiên của con. Con nghe tiếng Ngài và vâng theo Ngài.

Con từ bỏ mọi lời đe dọa, sự mặc cả và sự hăm dọa của bóng tối. Xin hãy bao bọc con bằng lửa của Ngài, sai các thiên sứ đi theo con đường của con, và giữ con vững vàng trong Lời Ngài và cộng đồng của Ngài. Không một vũ khí nào chống lại con sẽ thành công. Con ở trong tay Ngài—bây giờ và mãi mãi. Amen.

(Giăng 10:27-28; Ê-sai 54:17; Thi Thiên 91)

Lộ trình 40 ngày (Tùy chọn, dành cho những độc giả muốn có một hành trình được hướng dẫn)

ĐỂ CÓ MỘT ĐỊNH DẠNG ngắn gọn hàng ngày (nửa trang mỗi ngày), hãy xem cuốn sách hướng dẫn suy niệm kèm theo mà chúng tôi đã đề cập trước đó: ***Từ Bóng Tối Đến Quyền Năng: 40 Ngày để Thoát Khỏi Sự Kiềm Chế Bí Ẩn của Bóng Tối*** — cuốn sách này kết hợp Kinh Thánh, những hiểu biết ngắn gọn và những lời cầu nguyện cụ thể để nhận thức, giải thoát và có sức mạnh.

Chia sẻ câu chuyện của bạn / Yêu cầu giúp đỡ

CHÚNG TÔI RẤT MUỐN được đồng hành cùng bạn. Hãy chia sẻ những điều Chúa Giê-su đã làm hoặc yêu cầu tư vấn tại đây:

Chia sẻ lời chứng của bạn hoặc liên hệ với chúng tôi: https://www.otakada.org/contact-us-otakada/

Câu hỏi của độc giả, Đối thoại toàn cầu & Trường học Giải thoát

"*Khi Thần Chân Lý đến, Ngài sẽ dẫn dắt các ngươi vào mọi lẽ thật.*" — Giăng 16:13

Trên khắp thế giới, lời chứng này tiếp tục khơi gợi những câu hỏi và sự mặc khải giữa các tín hữu. Một cuộc trò chuyện như vậy đến từ **Anh Francesco** , một tín hữu ở Ý. Lời của ông phản ánh sự khao khát của một gia đình toàn cầu đang phát triển, những người đang khám phá ra rằng chiến tranh tâm linh không phải là lý thuyết mà là hiện thực — và rằng Đức Thánh Linh đang thức tỉnh những người canh giữ ở những nơi không ngờ tới.

Cuộc trò chuyện với Francesco (Ý)

TRƯỚC KHI ĐỌC LỜI CHỨNG của Mục sư Emmanuel Amos Eni, Francesco viết, *tôi đã có những khải thị và mặc khải về cách thức tổ chức của Sa-tan — cấu trúc chỉ huy và kiểm soát , các nhiệm vụ khác nhau của ma quỷ, và điều gì thúc đẩy chúng. Tôi chưa bao giờ có bất kỳ liên hệ nào với Sa-tan trong quá khứ, cũng như gia đình tôi. Ở Ý, các tín đồ Cơ đốc hiếm khi có những trải nghiệm như vậy, và hầu hết chúng tôi không bao giờ nói về chiến tranh tâm linh. Một người anh em trong Chúa đã gợi ý tôi đọc cuốn sách của Mục sư Eni — và nó thật tuyệt vời! Mọi thứ đột nhiên trở nên có ý nghĩa. Tôi nhận ra có một thế giới vô hình xung quanh chúng ta. Tôi biết Sa-tan tồn tại, nhưng tôi nghĩ hắn ở rất xa. Giờ đây tôi thấy rõ ràng các hoạt động của hắn.*

Vậy xin phép được hỏi:

1. *Tại sao một người tin Chúa bình thường như tôi lại nhận được những mặc khải về Sa-tan mà chưa từng có bất kỳ liên hệ nào với hắn?*
2. *Tại sao tôi lại nghe thấy một giọng nói — rõ ràng không phải của Chúa — tiết lộ cho tôi về việc các thiên thần sa ngã đã bị đuổi khỏi thiên*

đường như thế nào?

3. *Tại sao cùng một giọng nói lại trao cho tôi quyền lực để biến mọi thứ thành hiện thực?*
4. *Tại sao, sau khi từ chối những lời đề nghị đó, tôi lại gặp tai nạn và bị gãy chân, dẫn đến phải phẫu thuật và gây áp lực lên gia đình?*

Việc trở thành môn đệ thông qua đối thoại

KHI FRANCESCO LIÊN lạc, Đại sứ **Monday O. Ogbe** của *Tổ chức God's Eagle Ministries* đã đáp lại - không phải bằng những câu trả lời nhanh chóng, mà bằng cách mời anh ấy tham gia vào một cuộc trò chuyện với Chúa **Thánh Thần thông qua Kinh Thánh.**

"Đức Thánh Linh sẽ luôn cung cấp những câu trả lời cho những gì đang xảy ra xung quanh bạn," ông viết.

"Nhiệm vụ chính của Ngài là dẫn dắt chúng ta đến mọi lẽ thật. Vì vậy , trước khi tôi trả lời bạn, tôi muốn bạn suy ngẫm những câu Kinh Thánh này — Giăng 16:5-15 — và viết ra những gì bạn học được. Hãy để Đức Thánh Linh, chứ không phải lý trí, dẫn dắt bạn."

Francesco đồng ý. Vài giờ sau, anh ấy trả lời:

"Chúa Giê-su đang nói chuyện với các môn đồ, bảo họ rằng Ngài sắp ra đi. Ngài hứa rằng Đức Thánh Linh sẽ đến để giải thích những điều họ chưa hiểu, để tiết lộ những sự kiện tương lai, và để ban cho họ sự hiểu biết và sức mạnh siêu nhiên. Các môn đồ sẽ nhận được nhờ Đức Thánh Linh những gì họ đã mất đi do sự ra đi về thể xác của Ngài."

Cuộc đối thoại tiếp tục khi Đại sứ Ogbe hướng dẫn ông nghiên cứu **Lu-ca 4:1–28** , **Sáng thế ký 3** , **Sáng thế ký 6** và **Khải huyền 12** , yêu cầu ông viết ra những gì mình quan sát được.

Francesco đã đáp lại một cách trung thực, từng câu từng chữ — giải thích sự cám dỗ của Chúa Kitô, sự sa ngã của Adam và Eva, sự vâng phục của Noah và trận lụt. Ông lưu ý cách con rắn thao túng lý trí, cảm xúc và ý chí; cách sự vâng phục bảo toàn số phận; và cách ngay cả sự phán xét cũng cho thấy lòng thương xót của Chúa.

Sau đó, ông thừa nhận mình không hiểu trọn vẹn *Khải Huyền chương 12.* Ông viết: "Tôi sẽ để phần đó cho các bạn tự suy ngẫm, vì tôi không nhận được sự mặc khải nào từ Đức Thánh Linh về chương đó."

Bài học ý nghĩa — Khải Huyền chương 12 và cuộc chiến thuộc linh

ĐẠI SỨ OGBE ĐÁP LẠI bằng những lời giảng giải sâu sắc, dẫn dắt Francesco hiểu rõ về vở kịch vũ trụ trong *Khải Huyền chương 12:*

"Chương này cho thấy cuộc xung đột vô hình — người phụ nữ, đứa trẻ và con rồng. Người phụ nữ tượng trưng cho cộng đồng giao ước của Đức Chúa Trời; đứa trẻ, Chúa Giê-su Christ; và con rồng, Sa-tan, con rắn xưa."

Cuộc chiến trên trời (các câu 7-9) cho thấy Sa-tan và các thiên thần của hắn đã bị đánh bại như thế nào — không phải bằng vũ khí vật lý mà bằng quyền năng thiêng liêng. Chiến thắng của Chúa Giê-su trên thập tự giá đã tước vũ khí của chúng, nhưng sự giận dữ của chúng trên đất lại càng gia tăng. Cơn thịnh nộ của con rồng giờ đây nhắm vào những người tin, nhưng câu 11 cho chúng ta chìa khóa để chiến thắng:

'Họ đã chiến thắng hắn nhờ huyết của Chiên Con, nhờ lời chứng của họ, và họ không yêu mạng sống mình đến nỗi phải chết.'

Đây không phải là biểu tượng; đây là thực tế đối với mỗi Cơ Đốc nhân. Sa-tan tấn công thông qua sự lừa dối, kiêu ngạo, sợ hãi, vu cáo và cô lập. Nhưng sự phòng vệ của người tin Chúa là huyết của Chúa Giê-su, sự tuyên xưng đức tin và sự đầu phục hoàn toàn.

Sự mặc khải, cám dỗ, tấn công và phục hồi — đó là mô hình lặp đi lặp lại của sự phát triển tâm linh."

Trả lời câu hỏi của Francesco

"THƯA ANH FRANCESCO," Đại sứ Ogbe tiếp tục, "anh đã làm đúng khi từ chối tiếng nói hứa hẹn sự mặc khải và quyền năng. Đó không phải là Đức Thánh Linh mà là một linh hồn lừa dối đang tìm cách lôi kéo anh ra khỏi sự phụ thuộc vào Chúa Kitô. Cũng như Sa-tan đã cám dỗ Ê-va và sau đó cám dỗ Chúa Giê-su, hắn thường tiếp cận các tín đồ với lời đề nghị về những con đường tắt thuộc linh. Anh đã chống lại – và sự vâng phục đó đã làm kẻ thù tức giận."

Tai nạn và khó khăn sau đó có lẽ là những đòn phản công, chứ không phải là sự trừng phạt. Nhưng Chúa cho phép những thử thách như vậy để củng cố khả năng phân định và thẩm quyền. Giờ đây, bạn đang được huấn luyện để trở thành người canh gác cho nước Ý, nơi mà nhiều người vẫn tin rằng kẻ thù ở xa hoặc chỉ mang tính biểu tượng.

Hãy hướng mắt về Chúa Giê-su, chứ không phải bóng tối. Khi cảm thấy bất an, hãy lớn tiếng tuyên bố:

'Tôi thuộc về Chúa Giê-su Christ. Huyết của Chiên Con bao phủ tôi. Tôi chỉ tiếp nhận những gì đến từ Đức Thánh Linh và từ chối mọi tiếng nói khác nhân danh Chúa Giê-su.'

Hãy dành nhiều thời gian thờ phượng hơn là lo lắng về kẻ thù. Sự mặc khải không được ban cho để làm bạn sợ hãi mà để thức tỉnh và trang bị cho bạn. Chúa đã chọn bạn để cầu thay cho quốc gia của bạn."

Cuối cùng, Đại sứ Ogbe thách thức ông ta hành động:

"Giờ đây khi bạn đã nhìn thấy thực tại của thế giới vô hình, hãy tìm cách chia sẻ những gì bạn đã nhận được — bằng văn bản, bài giảng hoặc lời chứng — để những người khác cũng được giải thoát như bạn. Bạn không còn chỉ là người học hỏi nữa; bạn đang trở thành người giải cứu."

Câu trả lời của Francesco rất đơn giản:

"Cảm ơn anh trai. Tôi sẽ xem xét việc này một cách nghiêm túc."

Sự tận tâm của Francesco và lời cầu nguyện khi sai phái

"TÔI VÔ CÙNG BIẾT ƠN các bạn từ tận đáy lòng," ông nói thêm sau đó.

"Tôi sẽ dành nhiều thời gian hơn để cầu nguyện bằng tiếng lạ; tôi sẽ ghi chép lại vào sổ tay mọi sự mặc khải mà Đức Thánh Linh ban cho; và tôi sẽ cầu xin Đức Thánh Linh nuôi dưỡng tôi mỗi ngày bằng lời mặc khải của Ngài."

Đại sứ Ogbe trả lời:

"Và quan trọng hơn, hãy xem xét sự hiểu biết này sẽ tác động như thế nào đến các thế hệ chưa ra đời — giống như câu chuyện của Emmanuel Eni. Chúa không cho bạn thấy điều này để giấu giếm mà để chia sẻ. Bạn phải là người làm chứng cho một cộng đồng người tìm kiếm rộng lớn hơn trên khắp thế giới."

"Ông ấy sẽ chỉ cho tôi cách lan tỏa điều đó," Francesco trả lời.

Đại sứ Ogbe đã trả lời lại như sau:

"Amen! Tôi có thể cùng cầu nguyện với anh/chị bây giờ được không?"

Và ông đã làm vậy — một lời cầu nguyện vang vọng khắp nước Ý, đến với mọi tín đồ đọc những dòng chữ này.

Lời cầu nguyện bổ nhiệm

LẠY CHA TRÊN TRỜI,

chúng con cảm ơn Cha vì tôi tớ của Cha là Francesco và vì tất cả những người đang thức tỉnh trước lẽ thật của Cha trên khắp các quốc gia.

Cảm ơn Cha vì đã bày tỏ thực tại của cõi vô hình – không phải để làm sợ hãi, mà để trang bị.

Chúng con xác nhận mọi sự mặc khải mà anh ấy đã nhận được dưới huyết của Chúa Giê-su Christ. Nguyện

xin cho tâm linh anh ấy được neo giữ trong Lời Cha, trái tim anh ấy bừng cháy tình yêu của Cha, và tiếng nói của anh ấy như tiếng kèn của lẽ thật cho thế hệ anh ấy.

Xin Cha ban cho anh ấy một nguồn Đức Thánh Linh mới.

Nguyện xin cho mọi lời phỉ báng anh ấy bị dập tắt; mọi kế hoạch đen tối chống lại mục đích của anh ấy bị lật đổ.

Xin Cha hãy biến anh ấy, giống như Emmanuel Eni, thành một chứng nhân sống động về quyền năng cứu rỗi của Cha – một người mang ánh sáng đến cho những người vẫn còn bước đi trong bóng tối. Xin Cha

hãy dấy lên nhiều người như anh ấy ở Ý, Châu Âu và khắp nơi trên thế giới – những người nam và nữ sẽ mang ngọn lửa Tin Mừng cách không sợ hãi.

Và giờ đây, lạy Chúa, khi chúng con nói "Amen" cho lời cầu nguyện này, chúng con cũng dâng hiến cho mỗi độc giả kết hợp đức tin của họ với đức tin của chúng con.

Nguyện xin họ bước đi trong sự mặc khải, chống lại cám dỗ, vượt qua sự tấn công và sống trong sự phục hồi.

Trong danh quyền năng của Chúa Giê-su – ***Amen.***

Francesco đã đáp lại một cách nồng nhiệt:

"Amen!!! Chúa ban phước lành cho anh, Đại sứ Monday Ogbe , theo ân điển vô biên của Ngài!"

Và câu trả lời đã được gửi lại:

"Amen và amen. Xin Chúa ban phước lành cho anh, anh Francesco. Bất cứ lúc nào, hãy liên hệ với tôi nếu có câu hỏi hoặc bất cứ điều gì Chúa Thánh Thần đặt vào lòng anh. Tôi đã cầu nguyện để có thêm những mặc khải đến – và chúng sẽ đến. Hãy bắt đầu ghi chép lại chúng; có thể bây giờ chúng chưa hoàn toàn có ý nghĩa, nhưng đến thời điểm của Ngài, chúng sẽ rõ ràng, trong danh Chúa Giê-su."

Vì sao chúng ta chia sẻ những cuộc trò chuyện này

NHỮNG CUỘC GẶP GỠ NHƯ thế này cho thấy hình ảnh của việc trở thành môn đệ hiện đại trông như thế nào — sống động, gắn kết, được Thánh Linh dẫn dắt và mang tính toàn cầu. Qua những cuộc trò chuyện như vậy, Chúa đang gây dựng một thế hệ tín hữu mới, những người nhận biết được mưu kế của kẻ thù nhưng vẫn vững vàng trong Kinh Thánh và tình yêu thương.

Cuộc đối thoại này không chỉ dành cho nước Ý; nó dành cho mọi độc giả đang tự hỏi, *"Liệu Chúa vẫn có thể nói chuyện với những người bình thường ngày nay?" Câu trả lời*

là có — và Ngài vẫn truyền đạt, dạy dỗ và ủy thác thông qua cùng một Thánh Linh của Chân lý.

Những câu chuyện có thật về sự giải thoát đến với quyền lực: Bằng chứng hiện đại và hành trình 40 ngày

Lời giới thiệu – Sức mạnh ấy vẫn đang hiện hữu

Câu chuyện của Emmanuel Eni chứng minh rằng quyền năng giải thoát khỏi bóng tối của Chúa Giê-su Ki-tô không hề phai nhạt theo thời gian.

Từ Lagos đến London, Nairobi đến New York, những người đàn ông và phụ nữ từng cúi đầu trước giao ước của ma quỷ giờ đây giơ tay thờ phượng, cuối cùng đã được tự do. Trong mỗi thế hệ, Chúa đều cất lên những tiếng kêu vang vọng cùng một lời: **"Chúa Giê-su vẫn luôn giải cứu."**

Những lời kể hiện đại sau đây là bằng chứng sống động. Chúng ngắn gọn, chân thực và sống động — không phải lý thuyết, mà là lời chứng.

Mỗi nhân chứng đều nói về một con đường khác nhau dẫn đến sự nô lệ — lễ nhập môn huyền bí, giao ước biển cả, du hành cõi astral, lời thề bí mật — và về một con đường duy nhất dẫn ra: **huyết của Chiên Con** (Khải Huyền 12:11).

1. John Ramirez – Từ một tín đồ Satan giáo cấp cao trở thành nhà truyền giáo (Hoa Kỳ)

TỪNG LÀ MỘT PHÁP SƯ chỉ huy các thế lực ma quỷ ở New York, John Ramirez đã lập những giao ước được niêm phong bằng máu. Một đêm nọ, khi đang chuẩn bị cho một nghi lễ, một bàn tay vô hình đã đánh gục ông; ông nhìn thấy một ánh sáng rực rỡ hơn cả lửa và nghe thấy tiếng nói, *"Ta yêu ngươi, John."*

Ông tỉnh dậy và thay đổi mãi mãi. Ngày nay, ông giảng dạy về sự giải thoát trên toàn thế giới.

Kinh Thánh: *"Con Thiên Chúa hiện ra để phá hủy công việc của ma quỷ."* — 1 Giăng 3:8

Xem: Liên kết YouTube [1]| Quét mã QR → *Lời chứng của John Ramirez*

về Quyền năng tối cao: Không có giao ước nào quá sâu sắc đến nỗi thập giá không thể hủy bỏ.

2. Tailah Scroggins – Giải thoát khỏi ma thuật và người bạn đời tâm linh (Hoa Kỳ)

TAILAH BỊ CUỐN HÚT vào "công việc năng lượng" của Thời đại Mới. Những giấc mơ kỳ lạ và một người chồng ma quỷ ám ảnh cô cho đến khi cô kêu lên lúc nửa đêm: *"Chúa Giê-su, nếu Ngài có thật, xin hãy cứu con."* Ngay lập tức, bóng tối tan biến; cô cảm thấy hơi ấm, rồi bình yên.

Ngày nay, cô cảnh báo người khác về những cánh cửa huyền bí tinh tế.

Kinh thánh: *"Hãy kêu cầu Ta trong ngày hoạn nạn; Ta sẽ giải cứu ngươi."* — Thi thiên 50:15

Xem: Link YouTube [2]| Quét mã QR → *Tailah Scroggins Deliverance*

Dominion Takeaway: Các giao ước ngầm chấm dứt khi Chúa Giê-su trở thành Chúa tể của mọi tình cảm.

3. Peter Hockley – Thoát khỏi ma thuật và xuất hồn (Vương quốc Anh)

LÀ MỘT PHÙ THỦY THỰC hành từ thời trẻ, Peter đã thành thạo du hành thể vía. Trong một lần xuất hồn, ông đã gặp một bức tường lửa rực rỡ — và một giọng nói phán rằng, *"Ngươi không được vượt qua ranh giới này."* Sau đó, ông gặp những người tin Chúa, những người đã cầu nguyện cho đến khi ông quy phục Chúa Kitô.

Kinh Thánh: *"Đức Chúa Trời chúng ta là ngọn lửa thiêu đốt."* — Hê-bơ-rơ 12:29

Xem: Liên kết YouTube [3]| Quét mã QR → *Lời chứng của Peter Hockley*

---

1. https://www.youtube.com/watch?v=VxNQdYwY9Lg
2. https://www.youtube.com/watch?v=n8tKo89bgKI&utm_source=chatgpt.com
3. https://www.youtube.com/watch?v=tqvhpJL-GTo&utm_source=chatgpt.com

về **Quyền năng tối cao:** Không một thế lực siêu nhiên nào có thể xâm phạm ngọn lửa của Đức Chúa Trời.

4. Faith Karuri – Giải thoát khỏi sức mạnh thủy quân lục chiến (Kenya)

LỚN LÊN GẦN BỜ BIỂN, Faith thường xuyên mơ thấy những cung điện giữa đại dương. Trong một buổi cầu nguyện, cô hét lên khi những sợi xích vô hình bị đứt; sau đó cô mô tả việc nghe thấy tiếng nước rút đi.

Kinh Thánh: *"Ngài quở trách biển và khiến nó khô cạn."* — Nahum 1: 4

Xem: Link YouTube [4]| *Lời chứng của*

Faith Karuri **về Quyền năng tối cao:** Giọng nói làm dịu bão tố cũng làm im lặng các giao ước biển cả.

5. "Tôi từng thờ phượng Sa-tan rồi gặp Chúa Giê-su trong tù" – Người giấu tên (Mỹ)

MỘT THỦ LĨNH BĂNG ĐẢNG sùng bái Sa-tan đã bị giam giữ biệt lập. Trong bóng tối, hắn nhìn thấy một bóng người mặc áo trắng và nghe thấy tiếng nói: *"Ta đã chết vì ngươi."* Hắn đã khóc hàng giờ liền. Ngày nay, hắn điều hành một chương trình truyền giáo trong tù.

Kinh Thánh: *"Dù con trải giường ở địa ngục, này, Chúa ở đó."* — Thi thiên 139: 8

Xem: Link YouTube [5]| *Lời chứng về sự giải thoát khỏi tù đày*

– Bài học rút ra từ Chúa: Ân điển có thể vươn tới tận ngục tối sâu thẳm nhất.

6. Cựu thành viên Hội Tam điểm – Vi phạm các giao ước và lời thề bí mật

MỘT THÀNH VIÊN KỲ CỰU của hội kín bắt đầu mất đi sự bình an sau nhiều năm thề thốt theo nghi lễ. Khi đọc Ma-thi-ơ 5:34 — "Đừng thề thốt gì cả" — ông đã lớn tiếng từ bỏ mọi lời thề và cảm thấy như có điều gì đó được trút

---

4. https://www.youtube.com/watch?v=aZZk1gB0qTE&utm_source=chatgpt.com

5. https://www.youtube.com/watch?v=BreKlo8bBHw&utm_source=chatgpt.com

bỏ khỏi lồng ngực. Giờ đây, ông dạy những người khác thay thế lời thề bằng giao ước trong Chúa Kitô.

Kinh Thánh: *"Các ngươi không thể phục vụ hai chủ."* — Ma-thi-ơ 6:24

Xem : Tìm kiếm trên YouTube → *Lời chứng của cựu thành viên Hội Tam điểm về sự giải thoát (hơn 1 triệu lượt xem)* | Quét mã QR → *Sự giải thoát khỏi Hội Tam điểm và*

quyền thống trị Tóm lại: Mọi lời thề bí mật đều cúi đầu trước danh Chúa Giê-su.

7. Ama Boateng – Thiếu nữ được giải thoát khỏi sự khống chế của linh hồn (Ghana)

NĂM MƯỜI LĂM TUỔI, Ama bị ám ảnh bởi những cơn ác mộng và những cuộc tấn công vô hình. Trong một buổi tĩnh tâm dành cho thanh thiếu niên, khi tiếng hát vang lên, cô đột nhiên ngã quỵ và hét lên: *"Hãy để tôi yên!"* Vài phút sau, cô được giải thoát.

Kinh Thánh: *"Ai được Con giải phóng thì người đó thật sự được tự do."* —

Giăng 8:36 **Xem:** Tìm kiếm trên YouTube → *Thiếu niên được giải thoát khỏi sự khống chế của thần linh ở Ghana (hơn 1 triệu lượt xem)* | Quét mã QR → *Ama Boateng Deliverance*

Dominion Tóm lại: Sự thanh khiết bắt đầu khi những xiềng xích vô hình bị phá vỡ trước sự hiện diện của Chúa.

Những lời khai này là bằng chứng - minh chứng cho thấy sự giải thoát của Emmanuel Eni là một phần của câu chuyện rộng lớn, đang tiếp diễn: chiến thắng toàn cầu của Chúa Giê-su Ki-tô trước bóng tối.

Cách thức tương tác hoặc chia sẻ câu chuyện của bạn

"*Hãy về nhà và kể cho bạn bè các ngươi biết Chúa đã làm những điều kỳ diệu gì cho các ngươi, và Ngài đã thương xót các ngươi biết bao.*" — Mác 5:19

Câu chuyện của Emmanuel Amos Eni đã thức tỉnh hàng triệu người về thực tại của thế giới vô hình và quyền năng tối cao của Chúa Giê-su Ki-tô.

Giờ đến lượt bạn – bước đi trong lẽ thật, làm chứng về quyền năng của Ngài và giúp người khác được giải thoát.

Dưới đây là cách bạn có thể tiến thêm một bước nữa.

1. Chia sẻ lời chứng của bạn

BẠN ĐÃ TRẢI NGHIỆM sự giải thoát, chữa lành hay thức tỉnh tâm linh sau khi đọc cuốn sách này chưa?

Chúng tôi rất muốn nghe câu chuyện của bạn.

Email: ambassador@otakada.org

WhatsApp (Trực tiếp): +1 804 778 2759 (Hoa Kỳ) | +234 803 283 5348 (Nigeria)

Gửi trực tuyến: https://www.otakada.org/contact-us-otakada/

Lời chứng của bạn củng cố đức tin cho người khác và làm cho kẻ thù im lặng (Khải Huyền 12:11). Nhiều người đã được truyền cảm hứng đến với Chúa Kitô chỉ đơn giản bằng cách đọc những câu chuyện như của bạn.

2. Tham gia Hành trình Môn đệ hóa Toàn cầu 40 ngày

NẾU CUỐN SÁCH NÀY ĐÃ khơi dậy cảm hứng trong bạn, chúng tôi mời bạn tiến thêm một bước nữa — tham gia hành trình chuyển đổi có cấu trúc kéo dài 40 ngày mang tên:

"Từ Bóng Tối Đến Quyền Lực: 40 Ngày Để Thoát Khỏi Sự Kiềm Chế Bí Ẩn Của Bóng Tối".

Hành trình này sẽ dẫn dắt bạn qua:

Đọc và suy ngẫm Kinh Thánh hàng ngày; Lời cầu nguyện giải thoát và tuyên bố tiên tri; Các bước chữa lành và phục hồi; Những điểm hành động thiết thực dành cho cá nhân, gia đình và quốc gia.

Hãy bắt đầu hành trình của bạn tại đây:

TỪ BÓNG TỐI ĐẾN SỰ THỐNG TRỊ: 40 Ngày để Thoát Khỏi Sự Kiềm Chế Bí Ẩn của Bóng Tối

Một sự tận hiến toàn cầu về nhận thức, giải thoát và sức mạnh - Dành cho các cá nhân, gia đình và quốc gia sẵn sàng được tự do.

Sách bìa mềm
https://shop.ingramspark.com/b/084?params=aVgp21QfwJxNANkfMxIQ0yejuFCVY12KFr978SRkZUD
Link Amazon - https://www.amazon.com/DARKNESS-DOMINION-Devotional-Awareness-Deliverance-ebook/dp/B0FLDH2Y67

3. Tham gia cộng đồng Watchmen toàn cầu

BẠN KHÔNG CẦN PHẢI bước đi một mình. Hãy tham gia một trong những cộng đồng trang bị của chúng tôi để cùng phát triển, cầu nguyện và phục vụ với các tín hữu trên khắp thế giới.

Tham gia qua:

- Facebook – *Cộng đồng cầu nguyện Phong trào 10 Triệu người*
- WhatsApp – *Cộng đồng GEM 1 & 2*
- Điện tín – *Chương trình môn đệ hóa tại Trường Chúa Thánh Thần*

Mỗi cộng đồng được thiết kế để giúp bạn xây dựng mối quan hệ mật thiết với Chúa Thánh Thần, khám phá những ân tứ của mình và sống trong chiến thắng.

4. Hỗ trợ sứ mệnh

SỰ ỦNG HỘ CỦA BẠN GIÚP chúng tôi duy trì thông điệp này và lan tỏa đến nhiều quốc gia hơn.

Bạn có thể đồng hành cùng chúng tôi thông qua lời cầu nguyện, quyên góp hoặc chia sẻ cuốn sách này với người khác.

Hợp tác & Quyên góp:
https://www.otakada.org/partnership
Mỗi hạt giống bạn gieo đều giúp ích cho chúng tôi:

- Dịch và phân phối cuốn sách này trên toàn cầu.
- Soạn thảo tài liệu hướng dẫn môn đồ học bằng nhiều ngôn ngữ.
- Hỗ trợ các hoạt động chữa lành, giải thoát và phục hồi.

5. Luôn giữ kết nối và tiếp tục phát triển

HÃY THEO DÕI CHÚNG tôi để nhận được những bài giảng, lời chứng và phim ảnh lấy cảm hứng từ những trải nghiệm giải thoát có thật:

YouTube:

- Kênh chính của God's Eagle Ministries[1]
- Kênh [2]Đại sứ Thứ hai O. [3]Ogbe[4]

Mua sách tại:
https://shop.otakada.org
Trang web:
https://www.otakada.org

Lời cuối cùng

MỖI LỜI CHỨNG LÀ SỰ tiếp nối câu chuyện của Emmanuel Eni — một chuỗi ánh sáng xuyên qua bóng tối.

Nếu Chúa đã bắt đầu mở mắt bạn, đừng dừng lại ở đây. Hãy để Thần Chân Lý dẫn dắt bạn đến sự tự do và quyền năng trọn vẹn.

"Hãy trỗi dậy, hãy tỏa sáng; vì ánh sáng của ngươi đã đến, và vinh quang của Chúa đã chiếu rọi trên ngươi." — Ê-sai 60:1

1. https://www.youtube.com/@godseagleministries
2. https://www.youtube.com/@AmbassadorMondayogbe
3. https://www.youtube.com/@AmbassadorMondayogbe
4. https://www.youtube.com/@AmbassadorMondayogbe

DELIVERED VIETBNAMESE EDITION

Shalom,

Đại sứ Monday O. Ogbe (Zacharias Godseagle)

Thay mặt Ban Biên tập, God's Eagle Ministries (GEM)

ambassador@otakada.org | www.otakada.org[5]

5. https://www.otakada.org

Làm thế nào để được tái sinh và bắt đầu một cuộc sống mới với Chúa Kitô

Có thể bạn đã từng đồng hành cùng Chúa Giê-su trước đây, hoặc có thể bạn chỉ mới gặp Ngài trong 40 ngày này. Nhưng ngay lúc này, điều gì đó bên trong bạn đang trỗi dậy.

Bạn đã sẵn sàng cho nhiều hơn là chỉ tôn giáo.

Bạn đã sẵn sàng cho **một mối quan hệ** .

Bạn đã sẵn sàng để nói, "Chúa Giê-su, con cần Ngài."

Sự thật là thế này:

"Vì ai cũng đã phạm tội; tất cả chúng ta đều thiếu sót so với tiêu chuẩn vinh hiển của Đức Chúa Trời... nhưng Đức Chúa Trời, trong ân điển của Ngài, đã ban cho chúng ta sự công chính trước mặt Ngài."

— Rô-ma 3:23–24 (NLT)

Bạn không thể tự mình giành được sự cứu rỗi.

Bạn không thể tự sửa chữa bản thân. Nhưng Chúa Giê-su đã trả giá trọn vẹn rồi — và Ngài đang chờ đón bạn về nhà.

Làm thế nào để được tái sinh

Được tái sinh nghĩa là dâng hiến cuộc đời mình cho Chúa Giê-su — chấp nhận sự tha thứ của Ngài, tin rằng Ngài đã chết và sống lại, và tiếp nhận Ngài làm Chúa và Đấng Cứu Thế của mình.

Nó đơn giản. Nó mạnh mẽ. Nó thay đổi mọi thứ.

Hãy cầu nguyện điều này thật to:

"Lạy Chúa Giê-su, con tin Ngài là Con Đức Chúa Trời.

Con tin Ngài đã chết vì tội lỗi con và sống lại. Con thú nhận con đã phạm tội và con cần sự tha thứ của Ngài. Hôm nay, con ăn năn và từ bỏ lối sống cũ. Con mời Ngài vào đời sống con để làm Chúa và Đấng Cứu Thế của con. Xin hãy tẩy sạch con. Xin hãy đổ đầy Thánh Linh của Ngài vào con. Con tuyên bố con được tái sinh, được tha thứ và được tự do. Từ ngày hôm

nay trở đi, con sẽ bước theo Ngài — và con sẽ sống theo dấu chân của Ngài. Cảm ơn Ngài vì đã cứu con. Trong danh Chúa Giê-su, Amen."

Các bước tiếp theo sau khi được cứu rỗi

1. **Hãy chia sẻ với ai đó** – Hãy nói với quyết định của bạn với một người cùng đức tin mà bạn tin tưởng.
2. **Tìm một Hội Thánh dựa trên Kinh Thánh** – Tham gia cộng đồng giảng dạy Lời Chúa và sống theo Lời Chúa. Truy cập trang web của Hội Thánh God's Eagle qua https://www.otakada.org [1]hoặc https://chat.whatsapp.com/H67spSun32DDTma8TLh0ov
3. **Làm lễ rửa tội** – Hãy tiến thêm một bước nữa để công khai tuyên bố đức tin của bạn.
4. **Hãy đọc Kinh Thánh mỗi ngày** – Bắt đầu với Phúc Âm Giăng.
5. **Hãy cầu nguyện mỗi ngày** – Trò chuyện với Chúa như một người bạn và một người Cha.
6. **Hãy giữ liên lạc** – Hãy ở bên cạnh những người khuyến khích bạn bắt đầu hành trình mới.
7. **Bắt đầu một quá trình môn đệ hóa trong cộng đồng** – Phát triển mối quan hệ cá nhân với Chúa Giê-su Ki-tô thông qua các liên kết này

Khóa học môn đệ 40 ngày phần 1 - https://www.otakada.org/get-free-40-days-online-discipleship-course-in-a-journey-with-jesus/
40 Ngày Học Môn Đệ 2 - https://www.otakada.org/get-free-40-days-dna-of-discipleship-journey-with-jesus-series-2/

1. https://www.otakada.org

Khoảnh khắc được cứu rỗi của tôi

Ngày : ______________________

Chữ ký : ____________________

"Nếu ai ở trong Đấng Christ, người ấy là một tạo vật mới; những điều cũ đã qua đi, nay đã thay mới!"

— 2 Cô-rinh-tô 5:17

Giấy chứng nhận về đời sống mới trong Chúa Kitô

Tuyên bố về sự cứu rỗi – Được tái sinh bởi ân điển

Điều này xác nhận rằng

____

(Họ và tên đầy đủ)

đã công khai tuyên xưng **đức tin vào Chúa Giê-su Ki-tô**
là Chúa và Đấng Cứu Thế, và đã nhận được món quà cứu rỗi miễn phí thông qua sự chết và sự phục sinh của Ngài.

"Nếu bạn công khai tuyên xưng rằng Chúa Giê-su là Chúa và tin trong lòng rằng Đức Chúa Trời đã khiến Ngài sống lại từ cõi chết, thì bạn sẽ được cứu rỗi."

— Rô-ma 10:9 (NLT)

Vào ngày này, thiên đường hân hoan và một hành trình mới bắt đầu.

Ngày ra quyết định : ______________________

Chữ ký : ____________________________

Tuyên ngôn về sự cứu rỗi

"Hôm nay, tôi dâng hiến cuộc đời mình cho Chúa Giê-su Christ.
Tôi tin rằng Ngài đã chết vì tội lỗi tôi và sống lại. Tôi tiếp nhận Ngài làm Chúa và Đấng Cứu Thế của tôi. Tôi được tha thứ, được tái sinh và được làm mới. Từ giây phút này trở đi, tôi sẽ bước đi theo dấu chân Ngài."

Chào mừng bạn đến với gia đình của Chúa!
Tên bạn được ghi trong Sách Sự Sống của Chiên Con.
Câu chuyện của bạn chỉ mới bắt đầu — và nó sẽ trường tồn mãi mãi.

KẾT NỐI VỚI MỤC VỤ ĐẠI BÀNG CỦA CHÚA

- Trang web: www.otakada.org[1]
- Bộ sách "Sự giàu có vượt qua mọi lo lắng": www.wealthbeyondworryseries.com[2]
- Email: ambassador@otakada.org

- **Hãy ủng hộ công việc này:**

Hãy ủng hộ các dự án, sứ mệnh của vương quốc và các nguồn tài nguyên toàn cầu miễn phí thông qua việc dâng hiến theo giao ước.

Quét mã QR để quyên góp

: https://tithe.ly/give?c=308311[3]

Sự hào phóng của quý vị giúp chúng tôi tiếp cận được nhiều người hơn, dịch thuật tài liệu, hỗ trợ các nhà truyền giáo và xây dựng hệ thống môn đệ hóa trên toàn cầu. Xin cảm ơn!

Give in the Spirit of Luke 6:38

1. https://www.otakada.org
2. https://www.wealthbeyondworryseries.com
3. https://tithe.ly/give?c=308311

3. Tham gia cộng đồng WhatsApp Covenant của chúng tôi

Nhận thông tin cập nhật, nội dung suy niệm và kết nối với những tín hữu cùng chung giao ước trên toàn thế giới.

Quét mã để tham gia

: https://chat.whatsapp.com/H67spSun32DDTma8TLh0ov[4]

4. https://chat.whatsapp.com/H67spSun32DDTma8TLh0ov

SÁCH VÀ TÀI LIỆU THAM KHẢO ĐƯỢC KHUYẾN NGH�

Vì sao sự giải thoát thất bại — và làm thế nào ngọn lửa của Chúa phục hồi tâm hồn: 40 lời tuyên bố hàng ngày để được giải thoát toàn diện

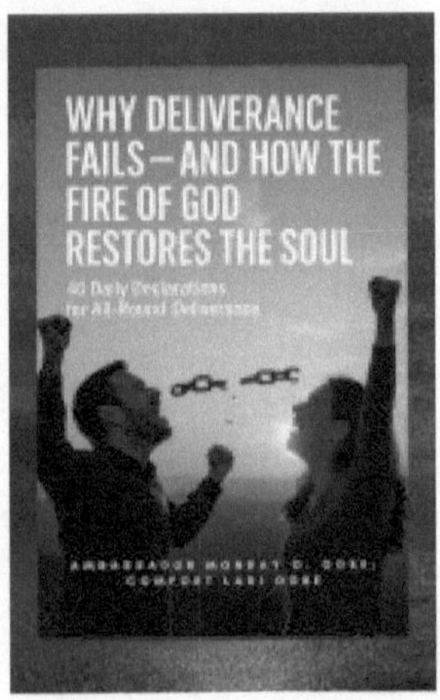

Đặt mua sách bìa mềm qua liên kết này - https://shop.ingramspark.com/b/084?params=hRHuHyigdcnVpGc9hy9gNCOQLuCHt8ReHNPx1l1xWbZ
Sách điện tử trên Amazon - https://www.amazon.com/Why-Deliverance-Fails-Declarations-All-Round-ebook/dp/B0FW74L4G4
Mã QR –

DELIVERED VIETBNAMESE EDITION

Được cứu rỗi nhưng vẫn lạc lối – Người cải đạo không theo đạo – được dịch sang 25 ngôn ngữ.

Sách bìa mềm

https://shop.ingramspark.com/b/084?params=iYNB6S3PLMfREpm0jMM15bMe3BvWlkjcYyLYnHVGAds

Sách điện tử - https://www.amazon.com/SAVED-BUT-LOST-UNDISCIPLED-heartbreak-ebook/dp/B0FVJ29DF7

7 NGÀY CHIẾN TRANH VÀ PHỤC HỒI TINH THẦN - Đây là Phần 1

Trói buộc kẻ thù, đáp trả bảy lần bằng những mũi tên sắc nhọn, và khôi phục lại vận mệnh của bạn.

https://shop.ingramspark.com/b/084?params=8mPzqUl73Ex7uPyeO7ydyt8EGkkB6u2gX1jZvWU8j1C

DELIVERED VIETBNAMESE EDITION

Link sách điện tử - https://www.amazon.com/DAYS-SPIRITUAL-WARFARE-RECOVERY-Returning-ebook/dp/B0FMPJM5KZ

7 NGÀY CHIẾN TRANH VÀ PHỤC HỒI TÂM LINH - Phần 2 - Củng cố chiến thắng, phá tan tà ác trong gia đình và bảo vệ vận mệnh đã được phục hồi của bạn

Sách bìa mềm - https://shop.ingramspark.com/b/084?params=LkpNmGSsApHhWhiSO7bW3wFmcXQKIO4ZEBeSbP5rL1S
Sách điện tử - https://www.amazon.com/DAYS-SPIRITUAL-WARFARE-RECOVERY-Wickedness-ebook/dp/B0FR9YCMY8

DELIVERED VIETBNAMESE EDITION

TỪ BÓNG TỐI ĐẾN SỰ THỐNG TRỊ: 40 Ngày để Thoát Khỏi Sự Kiềm Chế Bí Ẩn của Bóng Tối

Một sự tận hiến toàn cầu về nhận thức, giải thoát và sức mạnh - Dành cho các cá nhân, gia đình và quốc gia sẵn sàng được tự do.

Sách bìa mềm
https://shop.ingramspark.com/b/084?params=aVgp21QfwJxNANkfMxIQ0yejuFCVY12KFr978SRkZUD
Link Amazon - https://www.amazon.com/DARKNESS-DOMINION-Devotional-Awareness-Deliverance-ebook/dp/B0FLDH2Y67

- ***Được giải thoát khỏi quyền lực bóng tối*** **(Sách bìa mềm)** — Mua tại đây [1]| Sách điện tử [2]trên Amazon[3]

- **Những đánh giá hàng đầu từ Hoa Kỳ:**
    - **Khách hàng Kindle** : "Cuốn sách Cơ Đốc hay nhất từ trước đến nay!" (5 sao)

Cảm ơn Chúa Giê-su vì lời chứng này. Tôi đã được ban phước rất nhiều và khuyên mọi người nên đọc cuốn sách này... Vì tiền công của tội lỗi là sự chết, nhưng ân tứ của Đức Chúa Trời là sự sống đời đời. Shalom! Shalom!

- **Da Gster** : "Đây là một cuốn sách rất thú vị và khá kỳ lạ." (5 sao)

Nếu những gì được nói trong cuốn sách là đúng thì chúng ta thực sự đang tụt hậu rất xa so với khả năng của kẻ thù! ... Một cuốn sách không thể thiếu đối với bất cứ ai muốn tìm hiểu về chiến tranh tâm linh.

- **Visa** : "Tôi rất thích cuốn sách này" (5 sao)

1. https://shop.ingramspark.com/b/084?params=oeYbAkVTC5ao8PfdVdzwko7wi6IQimgJY2779NaqG4e
2. https://www.amazon.com/Delivered-Power-Darkness-AFRICAN-DELIVERED-ebook/dp/B0CC5MM4MV
3. https://www.amazon.com/Delivered-Power-Darkness-AFRICAN-DELIVERED-ebook/dp/B0CC5MM4MV

Đây quả là một điều bất ngờ... một lời thú nhận chân thật... Gần đây tôi đã tìm kiếm khắp nơi để mua nó. Thật vui mừng khi tìm được nó trên Amazon.

- **FrankJM** : "Khá khác biệt" (4 sao)

Cuốn sách này nhắc nhở tôi về sự khốc liệt của cuộc chiến tâm linh. Nó cũng giúp tôi nhớ lại lý do tại sao cần phải mặc "Toàn bộ áo giáp của Đức Chúa Trời".

- **JenJen** : "Ai muốn lên Thiên đường thì hãy đọc cuốn này!" (5 sao)

Cuốn sách này đã thay đổi cuộc đời tôi rất nhiều. Cùng với lời chứng của John Ramirez, nó sẽ giúp bạn nhìn nhận đức tin của mình theo một cách khác. Tôi đã đọc nó 6 lần rồi!

- *Cựu tín đồ Satan: Cuộc trao đổi với James* (Sách bìa mềm) — Mua tại đây [4]| Sách điện tử [5]trên Amazon[6]

4. https://shop.ingramspark.com/b/084?params=I2HNGtbqJRbal8OxU3RMTApQsLLxcUCTC8zUdzDy0W1
5. https://www.amazon.com/JAMESES-Exchange-Testimony-High-Ranking-Encounters-ebook/dp/B0DJP14JLH
6. https://www.amazon.com/JAMESES-Exchange-Testimony-High-Ranking-Encounters-ebook/dp/B0DJP14JLH

- ***LỜI CHỨNG CỦA MỘT CỰU THỜ QUỶ SATAN NGƯỜI CHÂU PHI** - Mục sư JONAS LUKUNTU MPALA* (Sách bìa mềm) — Mua tại đây [7]| Sách điện tử [8]trên Amazon[9]

- *Những Chiến Công Vĩ Đại Tập 14* (Sách bìa mềm) — Mua tại đây [10]| Sách điện tử [11]trên Amazon[12]

7. https://shop.ingramspark.com/b/084?params=0Aj9Sze4cYoLM5OqWrD20kgknXQQqO5AZYXcWtoMqWN
8. https://www.amazon.com/TESTIMONY-African-EX-SATANIST-Pastor-Jonas-ebook/dp/B0DJDLFKNR
9. https://www.amazon.com/TESTIMONY-African-EX-SATANIST-Pastor-Jonas-ebook/dp/B0DJDLFKNR
10. https://shop.ingramspark.com/b/084?params=772LXinQn9nCWcgq572PDsqPjkTJmpgSqrp88b0qzKb
11. https://www.amazon.com/Greater-Exploits-MYSTERIOUS-Strategies-Countermeasures-ebook/dp/B0CGHYPZ8V
12. https://www.amazon.com/Greater-Exploits-MYSTERIOUS-Strategies-Countermeasures-ebook/dp/B0CGHYPZ8V

- *"Out of the Devil's Cauldron"* của John Ramirez — Hiện có bán trên Amazon.[13]
- *Ngài Đến Để Giải Phóng Những Người Bị Tù Tù* - Tác giả: Rebecca Brown — Tìm mua trên Amazon[14]

Các sách khác do tác giả xuất bản – Hơn 1000 đầu sách

Được yêu thương, được lựa chọn và được trọn vẹn : Hành trình 30 ngày từ bị từ chối đến **được phục hồi,** được dịch ra 40 ngôn ngữ trên thế giới.

https://www.amazon.com/Loved-Chosen-Whole-Rejection-Restoration-ebook/dp/B0F9VSD8WL

https://shop.ingramspark.com/b/084?params=xga0WR16muFUwCoeMUBHQ6HwYjddLGpugQHb3DVa5hE

13. https://www.amazon.com/Out-Devils-Cauldron-John-Ramirez/dp/0985604306

14. https://www.amazon.com/He-Came-Set-Captives-Free/dp/0883683239

Loved, Chosen
and Whole
A 30-Day Journey
from Rejection to
Restoration

THEO BƯỚC CHÂN NGÀI — Thử thách 40 ngày WWJD:

Sống theo gương Chúa Giê-su qua những câu chuyện có thật trên khắp thế giới

https://www.amazon.com/His-Steps-Challenge-Real-Life-Stories-ebook/dp/B0FCYTL5MG

https://shop.ingramspark.com/b/084?params=DuNTWS59IbkvSKtGFbCbEFdv3Zg0FaITUEvlK49yLzB

CHÚA GIÊ-SU Ở CỬA:

40 Câu Chuyện Đau Lòng và Lời Cảnh Báo Cuối Cùng Từ Thiên Đường Dành Cho Các Giáo Hội NGÀY NAY

https://www.amazon.com/dp/B0FDX31L9F

https://shop.ingramspark.com/b/084?params=TpdA5j8WPvw83glJ12N1B3nf8LQte2a1lIEy32bHcGg

DELIVERED VIETBNAMESE EDITION

ĐỜI SỐNG GIAO ƯỚC: 40 Ngày Sống Trong Phước Lành của Phục Truyền Luật Lệ Ký 28

- https://www.amazon.com/dp/B0FFJCLDB5

Những câu chuyện từ người thật, sự vâng lời thực sự và sự thật.
https://shop.ingramspark.com/b/084?params=bH3pzfz1zdCOLpbs7tZYJNYgGcYfU32VMz3J3a4e2Qt

PHIÊN DỊCH SANG HƠN 20 ngôn ngữ

HIỂU VỀ CÔ ẤY VÀ HIỂU VỀ ANH ẤY:
40 ngày hướng đến sự chữa lành, thấu hiểu và tình yêu bền lâu

DELIVERED VIETBNAMESE EDITION

HTTPS://WWW.AMAZON.com/KNOWING-HER-HIM-Healing-Understanding-ebook/dp/B0FGC4V3D9[15]

https://shop.ingramspark.com/b/084?params=vC6KCLoI7Nnum24BVmBtSme9i6k59p3oynaZOY4B9Rd

HOÀN THÀNH, KHÔNG CẠNH TRANH:

Hành trình 40 ngày hướng đến mục đích, sự đoàn kết và hợp tác

15. https://www.amazon.com/KNOWING-HER-HIM-Healing-Understanding-ebook/dp/B0FGC4V3D9

HTTPS://SHOP.INGRAMSPARK.com/b/084?params=5E4v1tHgeTqOOuEtfTYUzZDzLyXLee30cqYo0Ov9941[16]

https://www.amazon.com/COMPLETE-NOT-COMPETE-Journey-Collaboration-ebook/dp/B0FGGL1XSQ/

MÃ SỐ SỨC KHỎE THIÊNG LIÊNG - 40 Chìa Khóa Hàng Ngày để Kích Hoạt Sự Chữa Lành Thông Qua Lời Chúa và Sự Sáng Tạo. Khám Phá Sức Mạnh Chữa Lành của Thực Vật, Cầu Nguyện và Hành Động Tiên Tri.

16. https://shop.ingramspark.com/b/084?params=5E4v1tHgeTqOOuEtfTYUzZDzLyXLee30cqYo0Ov9941

HTTPS://SHOP.INGRAMSPARK.com/b/084?params=xkZMrYcEHnrJDhe1wuHHYixZDViiArCeJ6PbNMTbTux[17]
https://www.amazon.com/dp/B0FHJT42TK

BẠN CÓ THỂ TÌM THẤY các cuốn sách khác trên trang tác giả tại https://www.amazon.com/stores/Ambassador-Monday-O.-Ogbe/author/B07MSBPFNX[18]

17. https://shop.ingramspark.com/b/084?params=xkZMrYcEHnrJDhe1wuHHYixZDViiArCeJ6PbNMTbTux

18. https://www.amazon.com/stores/Ambassador-Monday-O.-Ogbe/author/B07MSBPFNX

www.ingramcontent.com/pod-product-compliance
Lightning Source LLC
LaVergne TN
LVHW040446051026
849517LV00002B/774